ALGJÖR PERÚSK ODYSSEY AF GÖTUMAT

Að kanna ekta bragðið af perúskum götumat

EINAR BIRGISSON

Höfundarréttarefni ©2023

Allur réttur áskilinn

Engan hluta þessarar bókar má nota eða senda á nokkurn hátt eða á nokkurn hátt án skriflegs samþykkis útgefanda og höfundarréttarhafa, nema stuttar tilvitnanir sem notaðar eru í umsögn. Þessi bók ætti ekki að koma í staðinn fyrir læknisfræðilega, lögfræðilega eða aðra faglega ráðgjöf.

EFNISYFIRLIT

EFNISYFIRLIT **3**
KYNNING **6**
Morgunmatur **7**
   1. Picarones/perúska kleinuhringir 8
   2. Tacu Tacu/maukað baunir og hrísgrjónapönnukaka 10
   3. Perúskur kínóagrautur / Quinua Atamalada 13
   4. Tortilla de Espinaca / Spínat eggjakaka 15
   5. Champorado /Súkkulaði hrísgrjónagrautur 17
   6. Sangrecita 19
   7. Perúska þrefaldar samlokur 21
   8. Rautt chilaquiles með steiktum eggjum 23
   9. Tómatar og steikt egg morgunmatur á ristuðu brauði 26
FORréttir og snarl **28**
   10. Pan con Chicharrón / Svínasamloka 29
   11. Tamales Peruanos /Peruvian Tamales 31
   12. Patacones/steiktar grisjur 33
   13. Ceviche hvítfiskur 35
   14. Tiradito/ kryddaður marineraður Ceviche 37
   15. Ceviche de Conchas Negras/Black Clam Ceviche 39
   16. Papa Rellena/fylltar kartöflur 41
   17. Tequeños/ostastangir með dýfingarsósu 44
   18. Yuca franskar 46
   19. Perúskur Ceviche 48
   20. Papa a la Huancaína/Huancayo-stíl kartöflur 50
   21. Palta Rellena / Fyllt avókadó 52
PASTA **54**
   22. Carapulcra con Sopa Seca 55
   23. Tofu Lomo Saltado salat 57
   24. Grænt spaghetti 59
   25. Græn sósa með Linguine 61
   26. Tallarines Rojos (rauð núðlusósa) 63
   27. Tallarines Verdes con Pollo (grænar núðlur með kjúklingi) 65
GRÆNNISMAÐIR OG SALAT **67**
   28. Causa Limeña/Lima-Style kartöflupott 68
   29. Rocoto Relleno/fylltar Rocoto paprikur 70
   30. Carapulcra/þurrkaðar kartöflur 73
   31. Solterito/perúskt salat 75
   32. Krydduð kartöfluterrin (Causa Rellena) 77

33. Ensalada de Pallares (perúskt Lima baunasalat) 79
34. Aji de Gallina salat 81
35. Ensalada de Quinua (Quinoa salat) 83
36. Lima baunir í kóríandersósu 85
37. Solterito de Quinua (Quinoa Solterito salat) 87
nautakjöt, lamb og svínakjöt 89
38. Pachamanca / Andean Kjöt og grænmeti 90
39. Carne a la Tacneña/Tacna-stíl nautakjöt 93
40. Seco de Cordero/lambapottréttur 95
41. Lomo Saltado /Hrært nautakjöt 98
42. Tacacho con Cecina/Steiktur banani og þurrkað kjöt 100
43. Adobo/marineruð svínakjöt 102
44. Causa de Pollo (perúskur kjúklingur og kartöflupottur) 104
45. Cordero a la Nortena (lambkjöt í norðlægum stíl) 106
46. Anticuchos / Grillað nautahjarta Teini 108
LIÐFJÁR 110
47. Estofado de Pollo/Kjúklingaplokkfiskur 111
48. Arroz con Pato/Duck Rice 114
49. Pollo a la Brasa/Rotisserie kjúklingur 117
50. Aji de Gallina /Kjúklingur í Aji piparsósu 119
51. Causa de Pollo/Chicken Causa 122
52. Arroz Chaufa/Peruvian Fried Rice 125
53. Arroz con Pollo (perúskur kjúklingur og hrísgrjón) 127
54. Papa a la Huancaína con Pollo 129
55. Aguadito de Pollo (perúsk kjúklinga- og hrísgrjónasúpa) .. 131
56. Kjúklingur og kartöflur Pachamanca 133
57. Aji de Pollo (kjúklingur í sterkri Aji sósu) 135
58. Quinotto con Pollo (kjúklingur og kínóa risotto) 137
NAGGRÍS 139
59. Picante de Cuy/Naggvínaplokkfiskur 140
60. Cuy Chactado (steikt naggrís) 143
61. Pachamanca de Cuy (neðanjarðarofnbakað naggrís) 145
62. Cuy al Horno (steikt naggrís) 147
63. Cuy con Papa a la Huancaina 149
64. Cuy Saltado (Hrærð naggrís) 151
65. Cuy en Salsa de Mani (naggvín í hnetusósu) 153
FISKUR OG SJÁVAR 155
66. Trucha a la Plancha/Grillaður silungur 156
67. Parihuela/sjávarréttasúpa 158
68. Lime-marineraður hrár fiskur (Cebiche) 161
69. Causa Rellena de Atún (Túnfiskfyllt Causa) 163

70. Chupe de Camarones/rækjukæfa 165
71. Chupe de Pescado/Fish Chowder 168
72. Arroz con Mariscos/sjávarfangshrísgrjón 171
73. Escabeche de Pescado/súrsaður fiskur 174

KÚÐUR **177**
74. Chupe de Ollucos/Olluco kartöflukæfa 178
75. Chupe de Camote/sætkartöflukæfa 180
76. Kjúklinga- og kóríandersúpa (Aguadito de Pollo) 182
77. Chupe de Lentejas/Lentil Chowder 184
78. Chupe de Quinua/Quinoa kæfa 187
79. Chupe de Pallares Verdes/Grænbaunakæfa 189
80. Chupe de Papa/kartöflukæfa 192

EFTIRLITUR **195**
81. Humitas/Gufusoðnar maískökur 196
82. Arroz con Leche/Hrísgrjónabúðingur 198
83. Mazamorra Morada/fjólublár maísbúðingur 200
84. Mazamorra de Quinua/Quinoa búðingur 203
85. Frejol Colado/baunabúðingur 205
86. Karamellukökusamlokur (Alfajores) 207
87. Tres Leches kaka (Pastel de Tres Leches) 209
88. Suspiro a la Limeña (perúsk karamellu og marengs eftirréttur) 211
89. Mazamorra Morada /Fjólublár maísbúðingur 213
90. Picarones (perúska grasker kleinuhringir með sírópi) 215
91. Alfajores de Maicena (perúsk maíssterkja Alfajores) 217
92. Helado de Lucuma (Lucuma ís) 219

DRYKKIR **221**
93. Chicha de Jora/gerjaður maísbjór 222
94. Chicha Morada/fjólublár maísdrykkur 225
95. Inca Kola (perúskt gult gos) 227
96. Maracuyá Sour (ástríðaávaxtasúr) 229
97. Kókate (Mate de Coca) 231
98. Jugos Naturales (ferskur ávaxtasafi) 233
99. Pisco Punch 235
100. Coctel de Camu Camu (Camu Camu ávaxtakokteill) 237

NIÐURSTAÐA **239**

KYNNING

Verið velkomin í "Algjör perúsk odyssey af götumat" spennandi matreiðsluferð sem mun flytja bragðlaukana þína til iðandi stræta Perú. Í þessu ævintýri munum við kafa inn í hjarta hinnar líflegu götumatarmenningar Perú, þar sem ilmurinn af snarkandi teini og þvaður áhugasamra söluaðila skapa andrúmsloft eins og enginn annar.

Götumaturinn í Perú er mósaík af bragði, spegilmynd af ríkri sögu þess og fjölbreyttum áhrifum. Þegar við leggjum af stað í þessa ferð, munt þú hafa tækifæri til að kanna ekta smekk og hefðir sem skilgreina perúska götumatargerð. Allt frá heimsfrægum fornréttum til minna þekktra gimsteina, við munum afhjúpa leyndarmál þessara yndislegu rétta sem hafa fangað hjörtu og góma heimamanna og ferðalanga.

Búðu þig undir að fá innblástur, þar sem við deilum sögunum á bak við söluaðilana, hráefninu og aðferðunum sem gera perúskan götumat að sannarlega ógleymanlegri upplifun. Hvort sem þú ert vanur mataráhugamaður eða nýr í heimi perúskra bragðtegunda, þá býður þessi bók þér að njóta kjarna Perú, einn bita í einu. Svo, við skulum leggja af stað í þessa bragðmikla ferð, og saman munum við uppgötva ekta bragðið af perúskum götumat.

Morgunmatur

1.Picarones/perúska kleinuhringir

HRÁEFNI:
- 2 bollar graskersmauk
- 2 bollar sætkartöflumauk
- 1 bolli alhliða hveiti
- 1/4 bolli maíssterkju
- 1 tsk. virkt þurrger
- 1 tsk. sykur
- 1/2 tsk. malaður kanill
- 1/4 tsk. malaður negull
- 1/4 tsk. malaður anís
- 1/2 tsk. salt
- Jurtaolía, til steikingar
- 1 bolli melass eða chancaca síróp, til að bera fram
- 1/2 bolli ristað sesamfræ, til skrauts

LEIÐBEININGAR:
a) Blandið saman graskersmaukinu og sætkartöflumaukinu í stórri skál.
b) Blandið vel saman til að blanda saman.
c) Leysið virka þurrgerið og sykurinn upp í 1/4 bolli af volgu vatni í sérstakri lítilli skál. Látið standa í 5 mínútur eða þar til hann er orðinn froðukenndur.
d) Bætið gerblöndunni út í grasker- og sætkartöflumaukið. Hrærið þar til það hefur blandast vel saman.
e) Í annarri skál, sigtið saman alhliða hveiti, maíssterkju, malaðan kanil, malaðan negul, malaðan anís og salt.
f) Bætið þurrefnunum smám saman út í grasker- og sætkartöflublönduna, hrærið stöðugt þar til þú hefur slétt og klístrað deig. Látið deigið hvíla í 30 mínútur til að leyfa bragðinu að þróast.
g) Í stórri djúpri pönnu eða hollenskum ofni, hitið jurtaolíu yfir miðlungs háan hita í um 350°F (175°C).
h) Notaðu skeið eða sprautupoka með breiðum odd, slepptu dúkkum af deiginu varlega í heita olíuna og mótaðu þá í litla hringa eða diska. Steikið Picarones/Peruvian kleinuhringjurnar í skömmtum, passið að yfirfylla ekki pönnuna.
i) Steikið Picarones/Peruvian kleinuhringjurnar í um 3-4 mínútur á hvorri hlið, eða þar til þær verða gullinbrúnar og stökkar. Notaðu skeið til að flytja þær yfir á pappírsklædda plötu til að tæma umfram olíu.
j) Berið Picarones/Peruvian kleinuhringjurnar fram heita, dreifða með melassa eða chancaca sýrópi og stráið ristuðum sesamfræjum yfir.

2.Tacu Tacu/maukað baunir og hrísgrjónapönnukaka

HRÁEFNI:
- 2 bollar soðin hvít hrísgrjón
- 1 bolli soðnar og kryddaðar kanaríbaunir eða svartar baunir
- 1/2 bolli fínt skorið soðið beikon eða pancetta
- 1/2 bolli fínt skorinn soðinn afgangur af kjöti (eins og nautakjöt, kjúklingur eða svínakjöt)
- 1/4 bolli fínt saxaður laukur
- 2 hvítlauksgeirar, saxaðir
- 1 tsk. kúmen
- Salt, eftir smekk
- Nýmalaður svartur pipar, eftir smekk
- Jurtaolía, til steikingar
- Steikt egg, til að bera fram (valfrjálst)
- Salsa criolla (perúskt laukur og tómatsalsa), til framreiðslu (valfrjálst)

LEIÐBEININGAR:

a) Blandið saman soðnu hvítu hrísgrjónunum og soðnum kanaríbaunum eða svörtum baunum í stóra skál.
b) Stappaðu þær saman með gaffli eða kartöflustöppu þar til þær eru vel blandaðar. Blandan á að haldast saman.
c) Hitið lítið magn af jurtaolíu yfir miðlungshita í pönnu.
d) Bætið beikoninu eða pancetta í teninga saman við og eldið þar til það er stökkt. Fjarlægðu beikonið af pönnunni og settu það til hliðar og skildu eftir fituna í pönnunni.
e) Í sömu pönnu með bræddu fitunni, bætið fínt söxuðum lauknum og söxuðum hvítlauk út í. Steikið þar til laukurinn verður hálfgagnsær og ilmandi.
f) Bætið fínt skornu soðnu kjötinu á pönnuna og eldið í nokkrar mínútur þar til það er hitað í gegn.
g) Bætið maukuðum hrísgrjónum og baunablöndunni á pönnuna ásamt soðnu beikoni.
h) Blandið öllu vel saman, blandið innihaldsefnunum jafnt saman.
i) Kryddið með kúmeni, salti og svörtum pipar eftir smekk.
j) Eldið í nokkrar mínútur í viðbót til að leyfa bragðinu að blandast saman.
k) Takið blönduna af pönnunni og látið kólna aðeins.
l) Skiptið blöndunni í hluta og mótið þá í kringlóttar eða sporöskjulaga bökunarbollur, um það bil 1/2 til 3/4 tommu þykkar.
m) Í hreinni pönnu, hitið nóg af jurtaolíu yfir miðlungshita til að hylja botninn á pönnunni.
n) Bætið við formuðu Tacu Tacu/maukuðu baunum og hrísgrjónapönnukökubökunum og eldið þar til þær eru gullinbrúnar og stökkar á báðum hliðum, um 3-4 mínútur á hvorri hlið.
o) Fjarlægðu Tacu Tacu/maukaða bauna- og hrísgrjónapönnukökuna úr pönnunni og tæmdu þær á pappírsklædda plötu til að fjarlægja umfram olíu.
p) Berið fram Tacu Tacu/maukaða bauna- og hrísgrjónapönnukökuna heita með valfrjálsum steiktum eggjum ofan á og salsa criolla til að fá aukið bragð og ferskleika.

3. Perúskur kínóagrautur / Quinua Atamalada

HRÁEFNI:
- 1 bolli kínóa
- 3 bollar vatn
- 1 bolli mjólk
- 1/2 bolli sykur (stilla eftir smekk)
- 1 kanilstöng
- 1 tsk vanilluþykkni
- Rúsínur og saxaðar hnetur til skrauts

LEIÐBEININGAR:
a) Skolið quinoa vandlega undir köldu vatni.
b) Blandið kínóa, vatni og kanilstönginni saman í pott. Látið suðuna koma upp, lækkið þá hitann og látið malla í um 15-20 mínútur, eða þar til kínóaið er soðið og blandan þykknar.
c) Bætið við mjólk, sykri og vanilluþykkni. Hrærið og haltu áfram að elda í 10-15 mínútur til viðbótar.
d) Fjarlægðu kanilstöngina.
e) Berið kínóagrautinn fram heitan, skreyttan með rúsínum og söxuðum hnetum.

4.Tortilla de Espinaca / Spínat eggjakaka

HRÁEFNI:
- 4 egg
- 1 bolli ferskt spínat, saxað
- 1/2 bolli niðurskorin paprika
- 1/2 bolli hægeldaður laukur
- 1/2 bolli rifinn ostur
- Salt og pipar eftir smekk
- Ólífuolía til matreiðslu

LEIÐBEININGAR:
a) Þeytið eggin í skál og bætið niðurskornu spínati, niðurskornum papriku, hægelduðum lauk og rifnum osti út í. Kryddið með salti og pipar.
b) Hitið ólífuolíu á pönnu sem festist ekki við miðlungshita.
c) Hellið eggjablöndunni á pönnuna og eldið þar til brúnirnar byrja að stífna.
d) Snúið eggjakökunni varlega við og eldið þar til hún er elduð og osturinn bráðinn.
e) Berið fram heitt.

5. Champorado / Súkkulaði hrísgrjónagrautur

HRÁEFNI:

- 1 bolli glutinous hrísgrjón
- 4 bollar vatn
- 1/2 bolli kakóduft
- 1/2 bolli sykur (stilla eftir smekk)
- 1/2 bolli uppgufuð mjólk
- Klípa af salti
- Rifin kókos eða þétt mjólk til skrauts

LEIÐBEININGAR:

a) Í potti, blandaðu saman glutinous hrísgrjónum og vatni. Látið suðuna koma upp og látið malla þar til hrísgrjónin eru soðin og blandan þykknar.
b) Í sérstakri skál, blandið kakóduftinu, sykri, uppgufðri mjólk og klípu af salti saman til að mynda súkkulaðisósu.
c) Blandið súkkulaðisósunni saman við soðin hrísgrjón og hrærið vel.
d) Berið fram heitt, skreytt með rifnum kókoshnetu eða þéttri mjólk.

6. Sangrecita

Hráefni:
- 500 grömm af kjúklingablóði
- 40 ml af fullfeiti þungum rjóma
- 3 matskeiðar af ólífuolíu eða nautakjöti.
- 2 meðalstór saxaðir laukar
- 1 höfuð af saxuðum hvítlauk
- 1 lítil heit paprika
- Oregano
- Hakkað piparmyntu og kóríander
- Salt

LEIÐBEININGAR:
a) Settu kjúklingablóðið inn í ísskáp til að kæla það niður.
b) Steikið hvítlauk, lauk og pipar í ólífuolíu í allt að 10 mínútur.
c) Bætið niður söxuðum kryddjurtum, salti.
d) Fjarlægðu blóðið, skerið í litla teninga og bætið við blönduna.
e) Hrærið vel saman.
f) Bætið við aðeins meiri olíu og salti eftir smekk.

7. Perúska þrefaldar samlokur

Hráefni:
- 4 egg
- ¼ bolli majónesi
- 8 sneiðar hvítt samlokubrauð, skorpurnar fjarlægðar
- 1 stórt þroskað avókadó
- 1 vínviðarþroskaður tómatur, skorinn í sneiðar
- ½ tsk hvert salt og pipar, skipt

LEIÐBEININGAR:
a) Setjið egg í einu lagi í pott. Hyljið, um 1 tommu (2,5) cm, með köldu vatni.
b) Setjið pönnu yfir háan hita og hitið vatn að rúllandi suðu.
c) Setjið þétt lok á pönnuna og takið af hitanum. Látið standa í 6 mínútur.
d) Tæmið vatnið og setjið egg undir köldu rennandi vatni í 1 mínútu eða þar til þau eru nógu köld til að meðhöndla þau. Afhýðið og skerið hvert egg í sneiðar.
e) Smyrjið þunnu lagi af majónesi á aðra hliðina á hverri brauðsneið.
f) Skiptu avókadó jafnt yfir 2 brauðstykki; kryddið með smá salti og pipar. Toppið avókadó með brauðbita, majónesi upp.
g) Skiptið tómötum jafnt yfir 2 brauðstykkin; kryddið með smá salti og pipar.
h) Efstu tómatar með þriðja brauði; Mayo hlið upp. Skiptu sneiðum eggjum jafnt yfir 2 brauðstykkin; kryddið með restinni af salti og pipar.
i) Toppið með síðasta brauðbitanum; Mayo hlið niður.
j) Skerið hverja samloku í tvennt til að búa til 4 skammta.

8.Rautt chilaquiles með steiktum eggjum

Hráefni:
FYRIR SÓSUNA:
- Ein 12 aura dós af skrældum tómötum ásamt 1/2 bolli af meðfylgjandi safi
- 1 jalapeño, fræ innifalin, gróft saxað
- 1 lítill hvítur laukur, skorinn í teninga
- 2 chipotle paprikur í adobo sósu
- 4 hvítlauksrif
- 1/4 bolli gróft hakkað ferskt kóríander
- 2 matskeiðar jurtaolía
- 1 matskeið agave nektar
- Klípa af salti

FYRIR SAMKOMUN:
- Jurtaolía til steikingar
- Maís tortillur, skornar eða rifnar í þríhyrninga
- Salt og pipar
- Rifinn Monterey Jack ostur
- Cotija ostur
- Egg
- Ferskt kóríander

LEIÐBEININGAR:
a) Byrjaðu á því að setja allt hráefnið í sósuna, nema olíuna, agave og salt, í blandara og blandaðu þar til slétt samkvæmni er náð. Hitið jurtaolíuna í stórum potti yfir meðalhita, bætið síðan blönduðu sósunni út í og hrærið þar til hún þykknar.
b) Setjið agave og salt saman við. Hér gætir þú lent í fyrstu áskoruninni þinni, sem er að standast freistinguna að neyta allrar sósunnar eða éta hana beint úr pottinum með poka af Tostitos. Sýndu aðhald. (Sósuna má útbúa fyrirfram, kæla og geyma í kæli í allt að einn dag.)

SAMSETNINGU
c) Forhitið grillið og byrjið að steikja tortillurnar. Hitið um það bil 1/4 tommu af olíu í potti og steikið tortilla þríhyrningana í skömmtum, snúið þeim hálfa leið í gegn, þar til þeir verða nokkuð stökkir, þó ekki alveg stökkir.
d) Tæmdu steiktu tortillurnar á pappírshandklæði, kryddaðu þær létt með salti. Þetta er næsta áskorun þín: freistingin að neyta allrar sósunnar með þessum næstum flísum. Hins vegar verður þú að standast.
e) Í réttinum sem þú valdir (notaðu eldfast mót eða steypujárnspönnu fyrir stærri samkomu, eða bökuform eða sippudisk fyrir minni hóp), raðaðu lagi af tortillum og skarast þær þegar þú ferð. Helltu sósunni yfir þá að því marki sem þú vilt (almennt er meira betra) og hyljið þá ríkulega með báðum ostunum. Það er ásættanlegt að þetta virðist nokkuð súpandi; í rauninni ætti það að vera. Steikið blönduna þar til osturinn hefur bráðnað. Ekki reyna að nota gaffal á þessu stigi.
f) Steikið eggin auðveldlega á lítilli pönnu og tryggið að eggjarauðan haldist ósoðin því þú veist hvað er í vændum.
g) Skelltu skömmtum af saucy tortilla samsetningunni í stakar skálar, bætið við einu eða tveimur eggi, ferskum kóríander og kryddið með salti og pipar.

9.Tómatar og steikt egg morgunmatur á ristuðu brauði

Hráefni:
- 4 þykkar sneiðar af sveitabrauði
- Ólífuolía
- 1 stór hvítlauksgeiri, afhýddur
- 1 stór þroskaður tómatur, helmingaður
- 4 stór egg
- Salt og pipar

LEIÐBEININGAR:
a) Penslið báðar hliðar þykku brauðsneiðanna með smá ólífuolíu og ristið í ofni eða brauðrist við um 375°F þar til þær verða gullnar og stökkar.
b) Þegar ristað brauð eru tilbúin skaltu taka þau úr ofninum og nudda þau ríkulega með afhýddum hvítlauksrifinu og síðan afskornu hliðinni á tómötunum.
c) Á meðan þú nuddar skaltu ganga úr skugga um að kreista safaríkan innvortis tómatana ofan á ristuðu brauðin. Stráið örlitlu af salti og pipar á ristuðu brauðin.
d) Bætið þunnu lagi af ólífuolíu á stóra pönnu eða pönnu og hitið yfir meðalháan hita.
e) Brjótið eggin á pönnuna, kryddið með salti og pipar, setjið lok á pönnuna og eldið þar til eggjahvíturnar eru stífnar á meðan eggjarauðunum er haldið rennandi. Setjið eitt steikt egg ofan á hvern brauðbita og berið fram.
f) Njóttu dýrindis morgunverðarins!

FORréttir og snarl

10.Pan con Chicharrón / Svínasamloka

HRÁEFNI:
- 4 litlar brauðrúllur (svo sem ciabatta eða franskar rúllur)
- 1 pund svínaöxl, skorið í þunnar sneiðar
- 2 hvítlauksgeirar, saxaðir
- 1 tsk kúmen
- 1/2 tsk paprika
- Salt og pipar eftir smekk
- Sætar kartöflur í sneiðar
- Salsa criolla (laukur, lime safi og chilipipar) til áleggs

LEIÐBEININGAR:
a) Marinerið svínakjötssneiðarnar í skál með hvítlauk, kúmeni, papriku, salti og pipar. Leyfðu því að marinerast í að minnsta kosti 30 mínútur.
b) Hitið smá olíu á pönnu og steikið marineraða svínakjötið þar til það er stökkt og í gegn.
c) Skerið brauðbollurnar í tvennt og leggið soðið svínakjöt, sneiðar sætar kartöflur og salsa criolla í lag.
d) Lokið rúllunum og berið fram heitar.

11. Tamales Peruanos / Peruvian Tamales

HRÁEFNI:
- 2 bollar masa harina (maísmjöl)
- 1/2 bolli jurtaolía
- 1 bolli kjúklinga- eða svínasoð
- 1 tsk aji amarillo-mauk (perúskt gult chilipasta)
- 1/2 bolli eldaður og rifinn kjúklingur eða svínakjöt
- 2 soðin egg, skorin í sneiðar
- Ólífur í sneiðar og rúsínur til fyllingar
- Bananalauf eða maíshýði til að pakka inn

LEIÐBEININGAR:
a) Í stórri skál skaltu sameina masa harina, jurtaolíu, kjúklinga- eða svínakjötssoð og aji amarillo-mauk. Blandið þar til þú hefur slétt deig.
b) Taktu bananablað eða maíshýði, settu skeið af deiginu á það og dreifðu því út.
c) Bætið sneið af eggi, smá rifnu kjöti, ólífum og rúsínum í miðju deigsins.
d) Brjótið saman bananablaðið eða maíshýðið til að vefja tamale, búið til snyrtilegan pakka.
e) Gufðu tamales í um 45 mínútur til 1 klukkustund, þar til þeir eru soðnir og stífir.
f) Berið fram tamales með auka salsa criolla eða aji sósu ef vill.

12. Patacones/steiktar grisjur

HRÁEFNI:
- 2 grænar grisjur
- Jurtaolía til steikingar
- Salt eftir smekk

LEIÐBEININGAR:

a) Byrjaðu á því að afhýða grænu grjónirnar. Til að gera þetta skaltu klippa endana á plantains og gera langsum rif meðfram húðinni. Fjarlægðu húðina með því að toga hana frá grisjuninni.

b) Skerið grjónin í þykkar sneiðar, um það bil 1 tommu (2,5 cm) þykkar.

c) Hitið jurtaolíu á djúpri pönnu eða pönnu yfir miðlungshita. Gakktu úr skugga um að það sé næg olía til að sökkva grjónasneiðunum að fullu.

d) Bætið grjónasneiðunum varlega út í heita olíuna og steikið þær í um 3-4 mínútur á hvorri hlið eða þar til þær verða gullinbrúnar.

e) Fjarlægðu steiktu plantain sneiðarnar úr olíunni og settu þær á pappírsklædda plötu til að tæma umfram olíu.

f) Taktu hverja steikta grjónasneið og flettu hana út með því að nota botninn á glasi eða eldhústól sem er sérstaklega hannað til að fletja út.

g) Setjið flötu plantain-sneiðarnar aftur í heita olíuna og steikið þær í 2-3 mínútur til viðbótar á hvorri hlið þar til þær verða stökkar og gullinbrúnar.

h) Þegar búið er að steikja þær að æskilegum stökkleika, fjarlægðu Patacones/Fried Plantains úr olíunni og settu þær á pappírsklædda plötu til að tæma umfram olíu.

i) Stráið Patacones/Steiktum Plantains með salti eftir smekk á meðan þær eru enn heitar.

j) Berið fram Patacones/steiktar grisjur sem meðlæti eða sem grunn fyrir álegg eða fyllingar, eins og guacamole, salsa eða rifið kjöt.

13. Ceviche hvítfiskur

HRÁEFNI:

- 1 pund fersk hvít fiskflök (eins og flundra eða snapper), skorin í hæfilega stóra bita
- 1 bolli ferskur lime safi
- 1 lítill rauðlaukur, þunnt skorinn
- 1-2 ferskar rocoto eða habanero paprikur, fræhreinsaðar og smátt saxaðar
- 1/2 bolli hakkað ferskt kóríander
- 1/4 bolli söxuð fersk myntulauf
- 2 hvítlauksgeirar, saxaðir
- Salt, eftir smekk
- Nýmalaður svartur pipar, eftir smekk
- 1 sæt kartöflu, soðin og skorin í sneiðar
- 1 maísauk, soðið og kjarna fjarlægð
- Salatblöð, til framreiðslu

LEIÐBEININGAR:

a) Blandið fiskbitunum saman við limesafann í óvirkri skál og tryggið að fiskurinn sé alveg þakinn.

b) Látið marinerast í kæli í um 20-30 mínútur þar til fiskurinn verður ógagnsær.

c) Hellið limesafanum af fiskinum og fargið safanum.

d) Í sérstakri skál, blandaðu marineruðum fiskinum saman við rauðlauk, rocoto eða habanero papriku, kóríander, myntu og hvítlauk. Kasta varlega til að sameina.

e) Kryddið með salti og nýmöluðum svörtum pipar eftir smekk. Stilltu magn af rocoto eða habanero papriku í samræmi við það krydd sem þú vilt.

f) Látið ceviche marinerast í kæli í 10-15 mínútur til viðbótar til að leyfa bragðinu að blandast saman.

g) Berið ceviche fram kældan á salatlaufabeði, skreytt með sneiðum af soðnum sætum kartöflum og maískjörnum.

14.Tiradito/ kryddaður marineraður Ceviche

HRÁEFNI:
- 1 pund fersk fiskflök (eins og flundra, tóla eða snapper), þunnar sneiðar
- Safi úr 3-4 lime
- 2 msk. ají amarillo paste
- 2 hvítlauksgeirar, saxaðir
- 1 msk. soja sósa
- 1 msk. ólífuolía
- 1 tsk. sykur
- Salt, eftir smekk
- Pipar, eftir smekk
- Ferskt kóríander, saxað, til skrauts
- Rauðlaukur, þunnar sneiðar, til skrauts
- Rocoto pipar eða rauður chilipipar, þunnar sneiðar, til skrauts

LEIÐBEININGAR:
a) Setjið þunnt sneiðar fiskflök í grunnt fat.
b) Blandið saman limesafa, ají amarillo mauki, hakkaðri hvítlauk, sojasósu, ólífuolíu, sykri, salti og pipar í skál. Þeytið saman þar til það hefur blandast vel saman.
c) Hellið marineringunni yfir fiskinn og passið að hver sneið sé jafnhúðuð.
d) Látið fiskinn marinerast í ísskáp í um 10-15 mínútur. Sýran í lime safa mun "elda" fiskinn örlítið.
e) Raðið marineruðum fisksneiðunum á framreiðsludisk.
f) Dreypið smá af marineringunni yfir fiskinn sem dressingu.
g) Skreytið Tiradito/Peruvian Ceviche með söxuðum fersku kóríander, þunnt sneiðum rauðlauk og sneiðum rókótópipar eða rauðum chilipipar.
h) Berið Tiradito/Peruvian Ceviche fram strax sem forrétt eða léttan aðalrétt.

15. Ceviche de Conchas Negras/Black Clam Ceviche

HRÁEFNI:
- 1 pund af ferskum svörtum samlokum (conchas negras), hreinsuð og hrærð
- 1 rauðlaukur, þunnt sneið
- 2-3 rókótó paprikur eða annar sterkur chilipipar, smátt saxaður
- 1 bolli af nýkreistum limesafa
- 1/2 bolli af nýkreistum sítrónusafa
- Salt eftir smekk
- Fersk kóríanderlauf, saxað
- Maískjarna (valfrjálst)
- Sætar kartöflur, soðnar og skornar í sneiðar (valfrjálst)
- Salatblöð (valfrjálst)

LEIÐBEININGAR:
a) Skolið svörtu samlokurnar vandlega undir köldu vatni til að fjarlægja sand eða gris. Skerið samlokurnar varlega, fargið skeljunum og geymið kjötið. Saxið samlokukjötið í hæfilega stóra bita.

b) Í óviðbragðslausri skál skaltu sameina hakkaða svarta samlokuna, rauðlaukssneiðar og rocoto eða chilipipar.

c) Hellið nýkreista lime- og sítrónusafanum yfir samlokublönduna og tryggið að allt hráefnið sé þakið sítrussafanum. Þetta mun hjálpa til við að "elda" samlokurnar.

d) Kryddið með salti eftir smekk og blandið öllu varlega saman við.

e) Hyljið skálina með plastfilmu og setjið í kæli í um 30 mínútur til 1 klukkustund. Á þessum tíma mun sýran úr sítrussafanum marinerast frekar og "elda" samlokurnar.

f) Áður en það er borið fram skaltu smakka ceviche og krydda ef þarf.

g) Skreytið með nýsöxuðum kóríanderlaufum.

h) Valfrjálst: Berið ceviche fram með soðnum maískjörnum, sneiðum sætum kartöflum og salatlaufum fyrir aukna áferð og meðlæti.

i) Berið Ceviche de Conchas Negras/Black Clam Ceviche fram kældan sem forrétt eða aðalrétt. Njóttu þess með ristuðum maískjörnum (cancha) eða stökkum maístortillum.

j) Athugið: Það er mikilvægt að nota ferskar og hágæða svartar samlokur fyrir þessa ceviche. Gakktu úr skugga um að samlokurnar séu fengnar frá áreiðanlegum sjávarafurðabirgjum og séu rétt hreinsaðar fyrir notkun.

16.Papa Rellena/fylltar kartöflur

HRÁEFNI:
- 4 stórar kartöflur, skrældar og skornar í fjóra
- 1 msk. grænmetisolía
- 1 lítill laukur, smátt saxaður
- 2 hvítlauksgeirar, saxaðir
- 1/2 pund nautahakk eða hakkað að eigin vali
- 1 tsk. malað kúmen
- 1/2 tsk. paprika
- Salt og pipar eftir smekk
- 2 harðsoðin egg, saxuð
- 12 ólífur, grófhreinsaðar og saxaðar
- Jurtaolía til steikingar

LEIÐBEININGAR:
a) Setjið kartöflurnar í stóran pott með saltvatni og látið suðuna koma upp.
b) Eldið kartöflurnar þar til þær eru mjúkar í gaffli, um 15-20 mínútur.
c) Tæmdu kartöflurnar og færðu þær í stóra skál.
d) Maukið kartöflurnar þar til þær eru sléttar og setjið til hliðar.
e) Hitið jurtaolíuna á pönnu yfir meðalhita.
f) Bætið söxuðum lauknum og söxuðum hvítlauk út í og steikið þar til þeir eru mjúkir og hálfgagnsærir.
g) Bætið nautahakkinu á pönnuna og eldið þar til það er brúnt og fulleldað. Brjótið alla stóra kjötbita í sundur með skeið.
h) Kryddið kjötblönduna með möluðu kúmeni, papriku, salti og pipar. Hrærið vel til að blanda kryddunum jafnt saman.
i) Takið pönnuna af hellunni og hrærið söxuðum harðsoðnum eggjum og ólífum saman við.
j) Blandið öllu saman þar til það hefur blandast vel saman.
k) Taktu hluta af kartöflumúsinni (á stærð við lítinn tennisbolta) og flettu hana út í hendinni. Setjið skeið af kjötblöndunni í miðju kartöflunnar og mótið kartöfludeigið utan um fyllinguna og myndið kúlu. Endurtaktu ferlið með afganginum af kartöflumús og kjötblöndunni.
l) Hitið nægilega jurtaolíu í stórri pönnu eða djúpsteikingarpotti til að steikjast við meðalhita. Setjið kartöflukúlurnar varlega í heita olíuna og steikið þær þar til þær eru gullinbrúnar og stökkar á öllum hliðum. Fjarlægðu Papa Rellena/fylltu kartöfluna úr olíunni og tæmdu þær á pappírsklædda disk.
m) Berið Papa Rellena/fyllta kartöfluna fram heita sem forrétt eða aðalrétt. Hægt er að njóta þeirra ein og sér eða með salsa criolla (hefðbundinni perúskri lauk- og tómatsósu) eða aji-sósu (krydduð perúsk sósa).
n) Njóttu dýrindis bragðsins af Papa Rellena/fylltu kartöflunni á meðan þau eru enn heit og stökk.

17.Tequeños/ostastangir með dýfingarsósu

HRÁEFNI:
- 12 eggjarúlluumbúðir (eða wonton umbúðir)
- 12 sneiðar af queso fresco (ferskur hvítur ostur)
- 1 egg, þeytt (til að loka umbúðirnar)
- Olía til steikingar

Fyrir dýfingarsósuna:
- 2 matskeiðar aji amarillo líma
- 1/4 bolli majónesi
- 1 matskeið lime safi
- Salt og pipar eftir smekk

LEIÐBEININGAR:
a) Leggðu út eggjarúlluumbúðir, settu sneið af queso fresco í miðjuna og rúllaðu því upp og lokaðu brúnunum með þeyttu eggi.
b) Hitið olíu á pönnu til að steikja.
c) Steikið tequeños þar til þau eru gullinbrún og stökk.
d) Fyrir dýfingarsósuna skaltu blanda saman aji amarillo-mauki, majónesi, limesafa, salti og pipar.
e) Berið tequeños fram með dýfingarsósunni.

18.Yuca franskar

HRÁEFNI:
- 2 pund yuca (kassava), afhýdd og skorin í franskar
- Olía til steikingar
- Salt eftir smekk

LEIÐBEININGAR:
a) Hitið olíu í djúpsteikingarpotti eða stórum potti í 350°F (175°C).
b) Steikið yuca-frönskurnar í skömmtum þar til þær eru gylltar og stökkar, um 4-5 mínútur.
c) Fjarlægðu og tæmdu á pappírshandklæði.
d) Stráið salti yfir og berið fram heitt.

19.Perúskur Ceviche

HRÁEFNI:
- 1 pund hvítur fiskur (eins og sjóbirtingur eða tóli), skorinn í litla bita
- 1 bolli ferskur lime safi
- 1 rauðlaukur, fínt skorinn
- 2-3 aji limo paprikur (eða önnur heit chilipipar), smátt saxuð
- 1-2 hvítlauksgeirar, saxaðir
- 1 sæt kartöflu, soðin og skorin í sneiðar
- 1 maísauk, soðið og skorið í sneiðar
- Ferskt kóríander, saxað
- Salt og pipar eftir smekk

LEIÐBEININGAR:
a) Blandið saman fiskinum og limesafanum í stórri skál. Sýran í limesafanum mun „elda" fiskinn. Látið marinerast í um 10-15 mínútur.
b) Bætið sneiðum rauðlauknum og aji limo paprikunni við marinerandi fiskinn. Blandið vel saman.
c) Kryddið með söxuðum hvítlauk, salti og pipar.
d) Berið ceviche fram með soðnum sætum kartöflusneiðum, maíshringjum og skreytingu af ferskri kóríander.

20.Papa a la Huancaína/Huancayo-stíl kartöflur

HRÁEFNI:

- 4 stórar gular kartöflur
- 1 bolli aji amarillo sósa (gerð úr perúskri gulri chilipipar)
- 1 bolli queso fresco (perúskur ferskur ostur), mulinn
- 4 saltkex
- 1/4 bolli uppgufuð mjólk
- 2 matskeiðar jurtaolía
- 2 harðsoðin egg, skorin í sneiðar
- Svartar ólífur til skrauts
- Salatblöð (valfrjálst)

LEIÐBEININGAR:

a) Sjóðið kartöflurnar þar til þær eru mjúkar, flysjið þær og skerið í sneiðar.
b) Í blandara skaltu sameina aji amarillo sósu, queso fresco, saltkex, gufaða mjólk og jurtaolíu. Blandið þar til þú hefur rjómalaga sósu.
c) Raðið kartöfluhringjunum á disk (á salatblöð ef vill).
d) Hellið Huancaína sósunni yfir kartöflurnar.
e) Skreytið með harðsoðnum eggjasneiðum og svörtum ólífum.
f) Berið fram kalt.

21.Palta Rellena / Fyllt avókadó

HRÁEFNI:
- 2 þroskuð avókadó, skorin í tvennt og skorin
- 1 dós túnfiskur, tæmd
- 1/4 bolli majónesi
- 1/4 bolli hakkað ferskt kóríander
- 1/4 bolli rauðlaukur, smátt saxaður
- Lime safi
- Salt og pipar eftir smekk
- Salatblöð til framreiðslu

LEIÐBEININGAR:
a) Skerið hluta af avókadóholdinu úr miðju hvers avókadóhelmings til að mynda dæld.
b) Blandið saman túnfiski, majónesi, kóríander, rauðlauk og skvettu af limesafa í skál. Kryddið með salti og pipar.
c) Fylltu avókadóhelmingana með túnfiskblöndunni.
d) Berið fram á salatlaufabeði.
e) Njóttu þessara perúsku forrétta og snarls til viðbótar!

PASTA

22. Carapulcra con Sopa Seca

HRÁEFNI:
FYRIR CARAPULCRA:
- 2 pund þurrkaðar kartöflur (papas secas)
- 1 pund svínaöxl, í teningum
- 1/4 bolli aji panca mauk (perúskt rautt chilipasta)
- 1/4 bolli malaðar jarðhnetur
- 1 rauðlaukur, smátt saxaður
- 4 hvítlauksgeirar, saxaðir
- 2 bollar kjúklingasoð
- 1/2 bolli hvítvín
- 2 lárviðarlauf
- Jurtaolía til steikingar
- Salt og pipar eftir smekk

FYRIR SOPA SECA:
- 2 bollar englahárpasta, brotið í litla bita
- 1/4 bolli jurtaolía
- 2 hvítlauksgeirar, saxaðir
- 2 bollar kjúklingasoð
- Salt og pipar eftir smekk

LEIÐBEININGAR:

a) Fyrir Carapulcra: Hitið jurtaolíu í stórum potti og brúnið hægeldaða svínakjötið.

b) Bætið fínt söxuðum lauknum, söxuðum hvítlauk og aji panca mauki út í. Eldið þar til laukurinn er mjúkur.

c) Hrærið möluðum hnetum, þurrkuðum kartöflum, kjúklingasoði, hvítvíni, lárviðarlaufum, salti og pipar saman við. Látið malla þar til þurrkuðu kartöflurnar eru orðnar mjúkar og soðið þykknar.

d) Fyrir Sopa Seca: Hitið jurtaolíu á sérstakri pönnu og steikið brotið englahárpasta þar til það verður gullbrúnt.

e) Bætið við hakkaðri hvítlauk, kjúklingasoði, salti og pipar. Eldið þar til pastað er mjúkt og soðið er frásogast.

f) Berið fram Carapulcra og Sopa Seca saman fyrir dýrindis perúska samsetningu.

23.Tofu Lomo Saltado salat

HRÁEFNI:
FYRIR SALATIÐ:
- 2 bollar blandað salatgrænmeti (td salat, spínat, rucola)
- 1 rauðlaukur, þunnt sneið
- 1 tómatur, skorinn í báta
- 1 bolli soðið kínóa
- 1 bolli ristaðar rauðar paprikulengjur
- 1/2 bolli soðnar grænar baunir

FYRIR LOMO SALTADO TOFU:
- 14 únsur extra stíft tofu, í teningum
- 2 matskeiðar sojasósa
- 1 matskeið edik
- 1 matskeið aji amarillo-mauk (perúskt gult chilipasta)
- 1 hvítlauksgeiri, saxaður
- Salt og pipar eftir smekk
- Jurtaolía til steikingar

LEIÐBEININGAR:
a) Kasta tófú teningunum með sojasósu, ediki, aji amarillo mauki, söxuðum hvítlauk, salti og pipar. Marinerið í um það bil 15 mínútur.
b) Hitið jurtaolíu á pönnu og steikið marinerað tofu þar til það er stökkt.
c) Settu salatið saman með því að raða saman grænu, rauðlauk, tómötum, kínóa, ristuðum rauðum pipar og grænum baunum.
d) Toppaðu salatið með stökku Lomo Saltado tofu.
e) Berið fram með léttri vinaigrette eða dressingu að eigin vali.

24.Grænt spaghetti

HRÁEFNI:
- 1 pund fettuccine eða spaghetti pasta
- 2 bollar fersk basilíkublöð
- 1 bolli fersk spínatlauf
- 1/2 bolli rifinn parmesanostur
- 1/4 bolli valhnetur eða furuhnetur
- 2 hvítlauksgeirar
- 1/2 bolli uppgufuð mjólk
- 1/4 bolli jurtaolía
- 1 msk. ólífuolía
- Salt og pipar eftir smekk
- Rifinn parmesanostur til skrauts

LEIÐBEININGAR:
a) Eldið pastað samkvæmt leiðbeiningum á pakka þar til það er al dente. Tæmið og setjið til hliðar.
b) Í blandara eða matvinnsluvél skaltu sameina basilíkublöðin, spínatlaufin, rifinn parmesanost, valhnetur eða furuhnetur, hvítlauk, gufaða mjólk, jurtaolíu og ólífuolíu. Blandið þar til þú hefur slétta og líflega græna sósu.
c) Hitið stóra pönnu yfir meðalhita.
d) Bætið grænu sósunni á pönnuna og eldið í um það bil 5 mínútur, hrærið af og til, þar til sósan er hituð í gegn.
e) Bætið soðnu pastanu á pönnuna með grænu sósunni. Hrærið pastanu í sósunni þar til það er vel húðað og hitað.
f) Kryddið með salti og pipar eftir smekk. Stilltu kryddið eftir því sem þú vilt.
g) Flyttu Tallarines Verdes/Græna Spaghetti yfir á framreiðslufat eða staka diska. Skreytið með rifnum parmesanosti.
h) Berið fram strax á meðan þær eru enn heitar.

25. Græn sósa með Linguine

HRÁEFNI:
FYRIR TALLARINES:
- 8 oz fettuccine eða linguine pasta
- 2 bollar fersk spínatlauf
- 1/2 bolli fersk basilíkublöð
- 1/4 bolli queso fresco (perúskur ferskur ostur)
- 2 hvítlauksgeirar, saxaðir
- 1/4 bolli uppgufuð mjólk
- 2 matskeiðar jurtaolía
- Salt og pipar eftir smekk

FYRIR SALATIÐ:
- Blandað grænmeti (td salat, rucola, spínat)
- Kirsuberjatómatar
- Niðurskorið avókadó

LEIÐBEININGAR:
a) Eldið pastað samkvæmt leiðbeiningum á pakka þar til það er al dente. Tæmið og setjið til hliðar.
b) Blandaðu saman fersku spínati, basil, queso fresco, hakkaðri hvítlauk, uppgufðri mjólk, jurtaolíu, salti og pipar í blandara. Blandið þar til þú hefur rjómalaga græna sósu.
c) Hrærið soðnu pastanu með grænu sósunni þar til það er vel húðað.
d) Berið fram græna pastað á beði af blönduðu grænmeti, skreytt með kirsuberjatómötum og sneiðum avókadó.

26.Tallarines Rojos (rauð núðlusósa)

HRÁEFNI:
FYRIR TALLARINES:
- 8 oz fettuccine eða linguine pasta
- 1/4 bolli jurtaolía
- 2 hvítlauksgeirar, saxaðir
- 1/4 bolli aji panca mauk (perúskt rautt chilipasta)
- 1 bolli gufuð mjólk
- 1/4 bolli queso fresco (perúskur ferskur ostur)
- Salt og pipar eftir smekk

FYRIR SALATIÐ:
- Blandað grænmeti (td salat, rucola, spínat)
- Niðurskorið avókadó
- Kirsuberjatómatar

LEIÐBEININGAR:
a) Eldið pastað samkvæmt leiðbeiningum á pakka þar til það er al dente. Tæmið og setjið til hliðar.
b) Hitið jurtaolíu í potti og bætið við hakkað hvítlauk. Eldið í eina mínútu þar til ilmandi.
c) Hrærið aji panca mauki, uppgufðri mjólk, queso fresco, salti og pipar saman við. Eldið þar til sósan þyknar.
d) Hrærið soðnu pastanu með rauðu sósunni þar til það er vel húðað.
e) Berið rauða pastað fram á beði af blönduðu grænmeti, skreytt með sneiðum avókadó og kirsuberjatómötum.

27. Tallarines Verdes con Pollo (grænar núðlur með kjúklingi)

HRÁEFNI:
FYRIR GRÆNA SÓSTU:
- 2 bollar fersk spínatlauf
- 1/2 bolli fersk basilíkublöð
- 1/4 bolli queso fresco (perúskur ferskur ostur)
- 2 hvítlauksgeirar, saxaðir
- 1/4 bolli uppgufuð mjólk
- 2 matskeiðar jurtaolía
- Salt og pipar eftir smekk

FYRIR Kjúklinginn:
- 4 beinlausar, roðlausar kjúklingabringur
- 2 matskeiðar jurtaolía
- Salt og pipar eftir smekk

FYRIR NÚÐLUNA:
- 8 oz fettuccine eða linguine pasta
- Rifinn parmesanostur til skrauts

LEIÐBEININGAR:
a) Blandaðu saman fersku spínati, basil, queso fresco, hakkaðri hvítlauk, uppgufðri mjólk, jurtaolíu, salti og pipar í blandara. Blandið þar til þú hefur slétt græna sósu.
b) Kryddið kjúklingabringurnar með salti og pipar og grillið eða steikið þær á pönnu þar til þær eru fulleldaðar.
c) Eldið pastað samkvæmt leiðbeiningum á pakka þar til það er al dente. Tæmið og setjið til hliðar.
d) Hrærið soðnu pastanu með grænu sósunni þar til það er vel húðað.
e) Berið grænu núðlurnar fram með grilluðum kjúklingabringum ofan á, skreyttar með rifnum parmesanosti.

GRÆNNISMAÐIR OG SALAT

28. Causa Limeña/Lima-Style kartöflupott

HRÁEFNI:
- 4 stórar gular kartöflur, soðnar og afhýddar
- 2 msk. grænmetisolía
- 2 msk. lime safi
- 1 tsk. gult ají piparmauk (eða skipt út fyrir ají amarillo mauk)
- Salt, eftir smekk
- 1 dós (5 oz) túnfiskur í dós, tæmd
- 1 avókadó, skorið í sneiðar
- 4-6 salatblöð
- 2 harðsoðin egg, skorin í sneiðar
- 8 svartar ólífur
- Fersk steinselja eða kóríander, saxuð, til skrauts

LEIÐBEININGAR:
a) Maukið soðnu og skrældar gulu kartöflurnar í stórri skál þar til þær eru sléttar og kekkjalausar.
b) Bætið jurtaolíu, limesafa, gulu ají piparmauki og salti út í.
c) Blandið vel saman til að sameina allt hráefnið og kryddið eftir smekk.
d) Klæddu ferhyrnt eða ferhyrnt fat með plastfilmu, skildu eftir nógu mikið yfirhang til að hylja toppinn síðar.
e) Dreifið helmingnum af kartöflublöndunni jafnt í fóðraða fatið, þrýstið því niður til að mynda þétt lag.
f) Toppið kartöflulagið með niðursoðnum túnfiski og dreifið því jafnt yfir kartöflurnar.
g) Settu sneiða avókadóið ofan á túnfisklagið og hyldu það alveg.
h) Bætið afganginum af kartöflublöndunni ofan á, sléttið hana út til að búa til endanlegt lag.
i) Brjótið plastfilmuna yfir toppinn til að hylja causa og geymið í kæli í að minnsta kosti 1 klukkustund til að leyfa því að stífna og stífna.
j) Þegar það hefur verið kælt og stíft skaltu fjarlægja causa úr fatinu með því að lyfta því út með því að nota yfirhangandi plastfilmu. Fjarlægðu plastfilmuna varlega og settu causa á disk.
k) Raðið salatblöðunum ofan á causa. Skreytið með sneiðum harðsoðnum eggjum, svörtum ólífum og nýsaxaðri steinselju eða kóríander.
l) Skerið Causa Limeña/Lima-Style kartöflupottinn í staka skammta og berið fram kældan.

29. Rocoto Relleno / fylltar Rocoto paprikur

HRÁEFNI:
- 6 rocoto paprikur (skipta út fyrir rauða papriku fyrir mildari hita)
- 1 pund nautahakk eða svínakjöt
- 1/2 bolli hægeldaður laukur
- 3 hvítlauksgeirar, saxaðir
- 1/2 bolli niðurskornir tómatar
- 1/4 bolli rúsínur
- 1/4 bolli svartar ólífur, sneiddar
- 1/4 bolli söxuð fersk steinselja
- 1 tsk. malað kúmen
- 1 tsk. þurrkað oregano
- Salt, eftir smekk
- Pipar, eftir smekk
- 1 bolli rifinn ostur (eins og mozzarella eða cheddar)
- Jurtaolía, til steikingar
- Fyrir Huancaina sósuna (valfrjálst):
- 1 bolli gufuð mjólk
- 1 bolli mulinn queso fresco eða fetaostur
- 2 gular ají paprikur (eða skiptu út fyrir aji amarillo paste)
- 4 saltkex
- Salt, eftir smekk

LEIÐBEININGAR:

a) Forhitið ofninn í 350°F (175°C).
b) Skerið toppinn af rókótó paprikunni af og fjarlægðu fræ og himnur.
c) Verið varkár þar sem rókótó papriku getur verið sterk. Ef þess er óskað skaltu leggja paprikuna í bleyti í söltu vatni í 15 mínútur til að draga úr hitanum.
d) Eldið nautahakkið eða svínakjötið á pönnu við meðalhita þar til það er brúnt.
e) Bætið hægelduðum lauk og hakkaðri hvítlauk út í og steikið þar til laukurinn verður hálfgagnsær.
f) Hrærið sneiðum tómötum, rúsínum, svörtum ólífum, saxaðri steinselju, möluðu kúmeni, þurrkuðu oregano, salti og pipar saman við.
g) Eldið í nokkrar mínútur í viðbót til að leyfa bragðinu að blandast saman. Takið af hitanum og setjið til hliðar.
h) Fylltu hverja rókótópipar með kjötblöndunni, þrýstu henni varlega niður til að fylla allan piparinn.
i) Toppið hverja fyllta papriku með rifnum osti.
j) Hitið jurtaolíu á djúpri pönnu eða pönnu yfir miðlungsháum hita.
k) Setjið fylltu rókótó paprikuna varlega í heitu olíuna og steikið þær þar til paprikurnar verða aðeins mjúkar og osturinn bráðinn og freyðandi, um 5-7 mínútur. Takið úr olíunni og látið renna af á pappírsklædda plötu.
l) Flyttu steiktu rókótó paprikuna yfir í eldfast mót og bakaðu í forhituðum ofni í um það bil 15 mínútur, eða þar til paprikan er fullelduð og mjúk.
m) Á meðan rókótó paprikurnar eru að bakast, undirbúið Huancaina sósuna (valfrjálst). Blandaðu saman gufuðu mjólkinni, mulnu queso fresco eða fetaosti, gulri ají papriku (eða aji amarillo mauki), saltkex og salt í blandara.
n) Blandið þar til slétt og rjómakennt.
o) Berið fram Rocoto Relleno/fyllta Rocoto papriku heita, dreypta með Huancaina sósu ef vill.

30. Carapulcra/þurrkaðar kartöflur

HRÁEFNI:

- 1 pund (450 g) svínakjöt, skorið í hæfilega stóra bita
- 2 bollar þurrkaðar kartöflur, liggja í bleyti í vatni þar til þær eru mjúkar
- 1 laukur, smátt saxaður
- 3 hvítlauksgeirar, saxaðir
- 2 msk. grænmetisolía
- 2 msk. aji panca mauk (perúskt rauð piparmauk)
- 2 tsk. malað kúmen
- 1 tsk. þurrkað oregano
- 1 tsk. paprika
- 4 bollar kjúklinga- eða grænmetissoð
- 1/2 bolli jarðhnetur, ristaðar og malaðar
- Salt og pipar eftir smekk
- Ferskt kóríander, saxað (til skrauts)

LEIÐBEININGAR:

a) Hitið jurtaolíuna í stórum potti yfir meðalhita.

b) Bætið svínakjöti út í og eldið þar til það er brúnt á öllum hliðum. Takið svínakjötið úr pottinum og setjið til hliðar.

c) Bætið söxuðum lauknum og söxuðum hvítlauk í sama pott. Steikið þar til laukurinn er hálfgagnsær og ilmandi.

d) Bætið aji panca maukinu, möluðu kúmeni, þurrkuðu oregano og papriku í pottinn. Hrærið vel til að hjúpa laukinn og hvítlaukinn með kryddinu.

e) Settu brúnaða svínakjötið aftur í pottinn og blandaðu því saman við lauk- og kryddblönduna.

f) Tæmið þurrkuðu kartöflurnar í bleyti og bætið þeim í pottinn. Hrærið varlega til að blanda saman við önnur hráefni.

g) Hellið kjúklinga- eða grænmetissoðinu út í og passið að kartöflurnar og svínakjötið sé þakið. Látið suðuna koma upp, lækkið síðan hitann og látið malla í um það bil 1 klukkustund eða þar til kartöflurnar eru orðnar meyrar og bragðið hefur blandað saman.

h) Hrærið möluðu hnetunum saman við og kryddið með salti og pipar eftir smekk. Haltu áfram að malla í 10-15 mínútur í viðbót.

i) Taktu af hitanum og láttu Carapulcra/þurrkaða kartöflusoðið hvíla í nokkrar mínútur áður en það er borið fram.

j) Berið fram heitt, skreytt með nýsöxuðum kóríander.

31.Solterito/perúskt salat

HRÁEFNI:
- 2 bollar af soðnum og kældum risakjörnum (choclo)
- 1 bolli af soðnum og kældum lima baunum
- 1 bolli af soðnum og kældum fava baunum
- 1 bolli af soðnum og kældum grænum baunum
- 1 bolli af þroskuðum tómötum í teningum
- 1 bolli niðurskorinn rauðlaukur
- 1 bolli af hægelduðum rókótó pipar
- 1 bolli af hægelduðum queso fresco (eða skipt út fyrir fetaosti)
- 1/4 bolli hakkað ferskt kóríander
- 1/4 bolli af saxaðri ferskri steinselju
- Salt og pipar eftir smekk

KLÆÐINGAR
- 1/4 bolli af rauðvínsediki
- 1/4 bolli af extra virgin ólífuolíu
- 1 hvítlauksgeiri, saxaður
- Safi úr 1 lime
- Salt og pipar eftir smekk

LEIÐBEININGAR:
a) Í stórri blöndunarskál skaltu sameina soðna risa maískjarna, lima baunir, fava baunir, grænar baunir, hægelduðum tómötum, rauðlauk, rocoto pipar, queso fresco, saxaða kóríander og saxaða steinselju.
b) Blandið vel saman.
c) Í sérstakri lítilli skál, þeytið saman rauðvínsedik, extra virgin ólífuolíu, söxuðum hvítlauk, límónusafa, salti og pipar til að búa til dressingu.
d) Hellið dressingunni yfir salatið og hrærið varlega þar til allt er vel húðað.
e) Smakkið til og stillið kryddið með salti og pipar ef þarf.
f) Látið Solterito/Peruvian Salat salatið marinerast í kæliskápnum í að minnsta kosti 30 mínútur til að leyfa bragðinu að blandast saman.
g) Áður en það er borið fram skaltu gefa salatinu síðasta kastið og skreyta með söxuðum kóríander eða steinselju ef vill.
h) Berið fram Solterito/Peruvian Salat salatið kælt sem hressandi meðlæti eða léttan aðalrétt.

32.Krydduð kartöfluterrin (Causa Rellena)

Hráefni:
FYRIR KARTÖFLUNA
- 2 pund. Yukon gull kartöflur
- ½ bolli ólífuolía
- 1/3 bolli lime safi (um 3)
- 1 tsk. aji amarillo duft

FYRIR FYLLINGAR, VAL Á:
- Túnfisksalat
- Kjúklingasalat
- Rækjusalat
- Tómatar og avókadó
- Fyrir áleggið
- Harðsoðið egg í sneiðar
- Niðurskorið avókadó
- Hálfdir kirsuberjatómatar
- Svartar ólífur
- Jurtir
- paprika

LEIÐBEININGAR:
a) Sjóðið kartöflurnar þar til þær eru auðveldlega stungnar með hníf. Þegar það er nógu kólnað til að hægt sé að höndla það, afhýðið hýðið og maukið slétt eða setjið í gegnum kartöfluhýði.
b) Hrærið chiliduftinu út í limesafann þannig að engir kekkir séu og bætið við kartöflurnar ásamt ólífuolíu. Bætið salti eftir smekk, þú þarft líklega að minnsta kosti eina teskeið.
c) Klæddu tvær 9" pönnur með plastfilmu og láttu aukana hanga yfir brún pönnuna.
d) Skiptið kartöflublöndunni á milli tilbúnu pönnanna tveggja og þrýstið á til að fletja út og slétta út. Leggið brúnina á plastfilmunni yfir kartöflukökuna og kælið þar til hún er köld.

AÐ SETJA SAMSETNING
e) Takið eina kartöfluköku af pönnunni með því að nota plastfilmu, snúið við og setjið á disk. Smyrjið með fyllingu að eigin vali. Toppið með seinni kartöflukökunni.
f) Nú kemur skemmtilegi þátturinn. Skreyttu causa rellena þína með því að nota eitthvað af álegginu sem mælt er með af listanum, eða notaðu hugmyndaflugið og notaðu það sem þú hefur við höndina. Berið fram kælt.

33. Ensalada de Pallares (perúskt Lima baunasalat)

HRÁEFNI:
- 2 bollar soðnar lima baunir (pallares), tæmdar
- 1 rauðlaukur, fínt skorinn
- 1 bolli ferskir maískornir (soðnir)
- 1 bolli kirsuberjatómatar, helmingaðir
- 1/4 bolli ferskt kóríander, saxað
- 1/4 bolli queso fresco (perúskur ferskur ostur), mulinn
- Lime safi
- Ólífuolía
- Salt og pipar eftir smekk

LEIÐBEININGAR:
a) Blandið saman soðnum lima baunum, sneiðum rauðlauk, ferskum maískjörnum og kirsuberjatómötum í stóra salatskál.
b) Dreypið limesafa og ólífuolíu yfir. Kryddið með salti og pipar.
c) Hrærðu salatinu til að sameina allt hráefnið.
d) Skreytið með muldum queso fresco og fersku kóríander.
e) Berið fram sem frískandi salat.

34.Aji de Gallina salat

HRÁEFNI:
FYRIR SALATIÐ:
- 2 bollar soðinn og rifinn kjúklingur
- 4 soðnar kartöflur, sneiddar
- 2 soðin egg, skorin í sneiðar
- 1/2 bolli svartar ólífur
- 1/4 bolli ristaðar jarðhnetur
- Salatblöð til framreiðslu

FYRIR AJI DE GALLINA KLÆÐIN:
- 1 bolli aji amarillo sósa
- 1/2 bolli uppgufuð mjólk
- 1/4 bolli rifinn parmesanostur
- 2 sneiðar af hvítu brauði, skorpurnar fjarlægðar og bleytar í mjólk
- 2 hvítlauksgeirar, saxaðir
- 2 matskeiðar jurtaolía
- Salt og pipar eftir smekk

LEIÐBEININGAR:
a) Blandaðu saman aji amarillo sósu, uppgufðri mjólk, parmesanosti, bleytu brauði, hakkaðri hvítlauk, salti og pipar í blandara. Blandið þar til slétt.
b) Hitið jurtaolíu á pönnu og bætið aji de gallina sósunni út í. Eldið í nokkrar mínútur þar til það þykknar.
c) Raðið salatblöðum á diska.
d) Toppið með rifnum kjúklingi, sneiðum kartöflum og soðnum eggjasneiðum.
e) Dreypið aji de gallina sósunni yfir salatið.
f) Skreytið með svörtum ólífum og ristuðum hnetum.
g) Berið fram heitt.

35. Ensalada de Quinua (Quinoa salat)

HRÁEFNI:
- 2 bollar soðið kínóa
- 1 bolli agúrka í teningum
- 1 bolli niðurskorin rauð paprika
- 1 bolli maískjarnar (soðnir)
- 1/2 bolli hakkað ferskt kóríander
- 1/4 bolli rauðlaukur, smátt saxaður
- 1/4 bolli fetaostur, mulinn
- Safi úr 2 lime
- Ólífuolía
- Salt og pipar eftir smekk

LEIÐBEININGAR:
a) Í stórri salatskál, blandaðu saman soðnu kínóa, hægelduðum agúrku, rauðri papriku, maískjörnum, ferskum kóríander og rauðlauk.
b) Dreypið limesafa og ólífuolíu yfir. Kryddið með salti og pipar.
c) Hrærðu salatinu til að sameina allt hráefnið.
d) Skreytið með muldum fetaosti.
e) Berið fram sem frískandi kínóasalat.

36. Lima baunir í kóríandersósu

HRÁEFNI:
- 2 bollar soðnar lima baunir (pallares), tæmdar
- 1 bolli fersk kóríanderlauf
- 2 hvítlauksgeirar
- 1/2 bolli queso fresco (perúskur ferskur ostur), mulinn
- 2 matskeiðar jurtaolía
- Salt og pipar eftir smekk

LEIÐBEININGAR:
a) Blandaðu saman ferskum kóríander, hvítlauk, queso fresco, jurtaolíu, salti og pipar í blandara. Blandið þar til þú hefur slétta kóríandersósu.
b) Kasta soðnum lima baunum með kóríander sósunni.
c) Berið fram sem meðlæti eða léttan aðalrétt.

37. Solterito de Quinua (Quinoa Solterito salat)

HRÁEFNI:
- 2 bollar soðið kínóa
- 1 bolli soðnar og afhýddar fava baunir (eða lima baunir)
- 1 bolli hægeldaður queso fresco (perúskur ferskur ostur)
- 1 bolli þroskaðir tómatar í teningum
- 1/2 bolli niðurskorinn rauðlaukur
- 1/4 bolli hakkað ferskt kóríander
- 1/4 bolli svartar ólífur
- 1/4 bolli aji amarillo sósa (perúsk gul chili sósa)
- Ólífuolía
- Salt og pipar eftir smekk

LEIÐBEININGAR:
a) Í stórri salatskál, blandaðu saman soðnu kínóa, fava baunum, queso fresco, hægelduðum tómötum, hægelduðum rauðlauk og hakkað ferskt kóríander.
b) Dreypið ólífuolíu og aji amarillo sósu yfir. Kryddið með salti og pipar.
c) Hrærðu salatinu til að sameina allt hráefnið.
d) Skreytið með svörtum ólífum.
e) Berið fram sem frískandi kínóasalat.

nautakjöt, lamb og svínakjöt

38.Pachamanca / Andean Kjöt og grænmeti

HRÁEFNI:
- 1 pund nautakjöt, skorið í bita
- 1 pund svínakjöt, skorið í bita
- 1 pund kjúklingur, skorinn í bita
- 1 pund kartöflur, skrældar og helmingaðar
- 1 pund sætar kartöflur, skrældar og skornar í sneiðar
- 2 maíseyru, afhýdd og helminguð
- 1 bolli fava baunir eða lima baunir
- 1 bolli ferskar eða frosnar grænar baunir
- 1 bolli ferskar eða frosnar breiður baunir
- 1 rauðlaukur, þunnt sneið
- 4 hvítlauksgeirar, saxaðir
- 1 msk. þurrkað oregano
- 1 msk. malað kúmen
- 1 msk. aji panca mauk (eða skipt út fyrir rautt chilipasta)
- 1/4 bolli jurtaolía
- Salt, eftir smekk
- Ferskt kóríander, saxað, til skrauts

LEIÐBEININGAR:

a) Forhitið ofninn í 350°F (180°C).

b) Í stórri skál skaltu sameina nautakjöt, svínakjöt, kjúkling, rauðlauk, hvítlauk, þurrkað oregano, malað kúmen, aji panca mauk, jurtaolíu og salt.

c) Blandið vel saman til að tryggja að allt kjötið sé húðað með marineringunni.

d) Látið marinerast í að minnsta kosti 30 mínútur, eða helst yfir nótt í kæliskáp.

e) Raðið marineruðu kjöti, kartöflum, sætum kartöflum, maís, fava baunum, grænum baunum og breiðum baunum í stórt eldfast mót eða steikarpönnu.

f) Hyljið bökunarformið vel með álpappír og tryggið að það sé lokað vel til að ná í gufuna.

g) Setjið bökunarréttinn í forhitaðan ofninn og eldið í um það bil 2 til 3 klukkustundir, eða þar til kjötið er meyrt og kartöflurnar og sætu kartöflurnar eru soðnar í gegn.

h) Fjarlægðu álpappírinn varlega og athugaðu hvort hráefnin séu tilbúin.

i) Ef þarf, haltu áfram að baka án loks í nokkrar mínútur í viðbót þar til allt er fulleldað og fallega brúnt.

j) Þegar pachamanca er eldað skaltu fjarlægja úr ofninum og láta það hvíla í nokkrar mínútur.

k) Berið pachamanca fram á stóru fati, skreytt með fersku söxuðu kóríander.

39. Carne a la Tacneña/Tacna-stíl nautakjöt

HRÁEFNI:
- 1,5 pund af nautakjöti, skorið í hæfilega stóra bita
- 1 laukur, smátt saxaður
- 2 hvítlauksrif, söxuð
- 1 rauð paprika, þunnar sneiðar
- 1 gul paprika, þunnar sneiðar
- 1 tómatur, skorinn í teninga
- 2 msk. af jurtaolíu
- 1 msk. af ají panca mauki (perúskt rautt chilipasta) eða skipt út fyrir tómatmauk
- 1 tsk. af möluðu kúmeni
- 1 tsk. af þurrkuðu oregano
- 1 bolli af nautasoði
- 1 bolli af þurru hvítvíni
- Salt og pipar eftir smekk
- Ferskt kóríander til skrauts
- Soðin hvít hrísgrjón til framreiðslu

LEIÐBEININGAR:

a) Hitið jurtaolíuna í stórum potti eða hollenskum ofni yfir meðalhita.

b) Bætið söxuðum lauknum og söxuðum hvítlauk í pottinn og steikið þar til laukurinn verður hálfgagnsær og hvítlaukurinn er ilmandi.

c) Bætið nautakjötinu í pottinn og eldið þar til það er brúnt á öllum hliðum.

d) Hrærið ají panca maukinu (eða tómatmaukinu), möluðu kúmeni og þurrkuðu oregano saman við.

e) Eldið í eina mínútu til að rista kryddin.

f) Bætið niðursneiddum rauðum og gulum paprikum og sneiðum tómötum í pottinn. Hrærið vel til að blanda saman.

g) Hellið nautasoðinu og hvítvíni út í.

h) Kryddið með salti og pipar eftir smekk.

i) Látið suðuna koma upp, lækkið þá hitann og látið malla í um það bil 1,5 til 2 klukkustundir, eða þar til nautakjötið er meyrt og bragðið hefur blandað saman. Hrærið af og til og bætið við meira seyði eða vatni ef þarf til að viðhalda æskilegri samkvæmni.

j) Þegar nautakjötið er orðið meyrt, takið pottinn af hellunni.

k) Berið Carne a la Tacneña/Tacna-Style Nautakjötið fram heitt yfir soðnum hvítum hrísgrjónum.

l) Skreytið hvern skammt með fersku kóríander.

40.Seco de Cordero/lambapottréttur

HRÁEFNI:
- 2 pund lambakjöt, skorið í bita
- 2 msk. grænmetisolía
- 1 laukur, smátt saxaður
- 3 hvítlauksgeirar, saxaðir
- 2 msk. ají amarillo paste
- 1 tsk. malað kúmen
- 1 tsk. þurrkað oregano
- 1 bolli dökkur bjór (eins og stout eða öl)
- 2 bollar nauta- eða grænmetissoð
- 2 bollar hægeldaðir tómatar (ferskir eða niðursoðnir)
- 1/2 bolli saxaður kóríander
- 2 bollar frosnar eða ferskar grænar baunir
- 4 meðalstórar kartöflur, skrældar og skornar í fjórar
- Salt, eftir smekk
- Pipar, eftir smekk

LEIÐBEININGAR:
a) Hitið jurtaolíuna í stórum potti eða hollenskum ofni yfir meðalhita.
b) Bætið lambakjötinu út í og steikið þar til það er brúnt á öllum hliðum. Takið kjötið úr pottinum og setjið það til hliðar.
c) Bætið söxuðum lauknum og söxuðum hvítlauk í sama pott. Steikið þar til laukurinn verður hálfgagnsær.
d) Hrærið ají amarillo-maukinu, möluðu kúmeni og þurrkuðu oregano saman við.
e) Eldið í eina mínútu til að leyfa bragðinu að blandast saman.
f) Setjið lambakjötið aftur í pottinn og hellið dökkum bjórnum út í. Látið suðuna koma upp og látið sjóða í nokkrar mínútur til að leyfa áfenginu að gufa upp.
g) Bætið nauta- eða grænmetissoðinu og sneiðum tómötum í pottinn. Látið suðuna koma upp í blönduna, lækkið hitann í lágan, setjið lok á pottinn og látið malla í um það bil 1 klukkustund, eða þar til lambið er meyrt.
h) Hrærið söxuðu kóríander, grænum baunum og fjórðu kartöflum saman við. Haldið áfram að malla í 15-20 mínútur í viðbót, eða þar til kartöflurnar eru eldaðar í gegn og bragðið hefur blandað saman.
i) Kryddið með salti og pipar eftir smekk. Stilltu kryddið og þykkt sósunnar eftir því sem þú vilt með því að bæta við meira seyði ef vill.
j) Berið Seco de Cordero/lambapottsoðið fram heitt, með gufusoðnum hrísgrjónum og hlið af avókadósneiðum.

41.Lomo Saltado /Hrært nautakjöt

HRÁEFNI:

- 1 pund nautalund, skorin í þunnar strimla
- 2 msk. grænmetisolía
- 1 rauðlaukur, sneiddur
- 2 tómatar, skornir í báta
- 1 gul paprika, skorin í sneiðar
- 1 græn paprika, skorin í sneiðar
- 3 hvítlauksgeirar, saxaðir
- 2 msk. soja sósa
- 2 msk. rauðvínsedik
- 1 tsk. kúmenduft
- Salt, eftir smekk
- Nýmalaður svartur pipar, eftir smekk
- 1/4 bolli hakkað ferskt kóríander
- Franskar, soðnar, til framreiðslu
- Gufusoðin hvít hrísgrjón, til framreiðslu

LEIÐBEININGAR:

a) Hitið jurtaolíu yfir háum hita í stórri pönnu eða wok.
b) Bætið nautalundunum við heitu olíuna og eldið þar til þær eru brúnar á öllum hliðum.
c) Takið nautakjötið af pönnunni og setjið til hliðar.
d) Í sömu pönnu, bætið sneiðum rauðlauknum út í og eldið þar til hann mýkist aðeins.
e) Bætið tómötum, papriku og söxuðum hvítlauk á pönnuna. Hrærið í nokkrar mínútur þar til grænmetið er stökkt.
f) Setjið soðna nautakjötið aftur á pönnuna og blandið vel saman við grænmetið.
g) Þeytið saman sojasósu, rauðvínsedik, kúmenduft, salt og svartan pipar í lítilli skál. Hellið þessari sósu yfir nautakjötið og grænmetið á pönnunni. Hrærið til að hjúpa allt jafnt.
h) Eldið í 2-3 mínútur til viðbótar, leyfið bragðinu að blandast saman.
i) Takið pönnuna af hitanum og stráið fersku kóríander yfir Lomo Saltado.
j) Berið Lomo Saltado fram heitt ásamt soðnum frönskum kartöflum og gufusoðnum hvítum hrísgrjónum.

42.Tacacho con Cecina/Steiktur banani og þurrkað kjöt

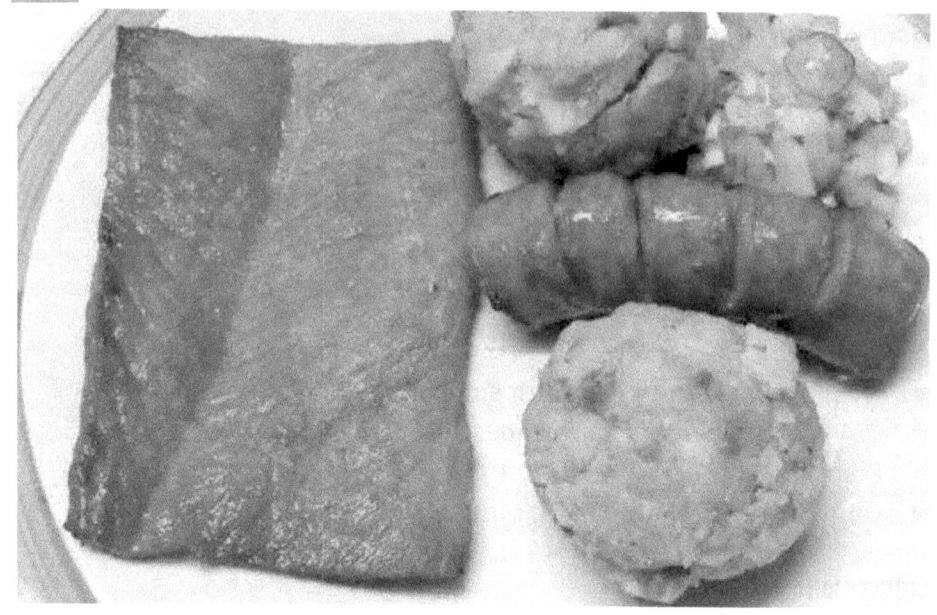

HRÁEFNI:
- 4 grænar grjónir
- 14 únsur. af cecina (saltaður og reyktur svínahryggur)
- Jurtaolía til steikingar
- Salt eftir smekk

LEIÐBEININGAR:
a) Byrjið á því að sjóða grænu grjónirnar í stórum potti af vatni þar til þær eru mjúkar og mjúkar. Þetta tekur venjulega um 20-30 mínútur.
b) Skerið cecina í þunnar strimla eða litla bita á meðan grjónin eru að sjóða.
c) Hitið pönnu yfir miðlungs hita og bætið við litlu magni af jurtaolíu.
d) Steikið cecina á pönnunni þar til það verður stökkt og brúnt á báðum hliðum. Þetta tekur venjulega um 5-7 mínútur. Setja til hliðar.
e) Þegar plönturnar eru soðnar skaltu fjarlægja þær úr vatninu og afhýða húðina. Þeir ættu að vera mjúkir og auðvelt að meðhöndla.
f) Setjið afhýddar grisjur í stóra skál og stappið þær með kartöflustöppu eða gaffli þar til þær eru sléttar og kekkjalausar.
g) Kryddið maukuðu grjónirnar með salti eftir smekk og blandið vel saman.
h) Skiptið maukuðu grjónunum í jafna hluta og mótið þær í kringlóttar kúlur eða kökur.
i) Hitið pönnu eða pönnu yfir meðalhita og bætið við nægri jurtaolíu til að hylja botninn.
j) Setjið kúlurnar eða kúlurnar á heita pönnuna og fletjið þær örlítið út með spaða. Steikið þær þar til þær verða gullinbrúnar og stökkar á báðum hliðum. Þetta tekur venjulega um 5 mínútur á hlið.
k) Fjarlægðu steiktu tacachos af pönnunni og tæmdu þau á pappírshandklæði til að fjarlægja umfram olíu.
l) Berið tacachosið fram með stökku cecina ofan á. Þú getur líka borið það fram með salsa criolla (hefðbundinni perúskri lauk og lime salsa) eða aji (kryddaðri perúsósu).

43. Adobo/marineruð svínakjöt

HRÁEFNI:

- 2 lbs svínaaxlar eða kjúklingabitar
- 4 hvítlauksgeirar, saxaðir
- 2 msk. grænmetisolía
- 1/4 bolli hvítt edik
- 2 msk. soja sósa
- 2 msk. aji panca mauk (perúskt rauð piparmauk)
- 1 tsk. malað kúmen
- 1 tsk. þurrkað oregano
- 1/2 tsk. malaður svartur pipar
- 1/2 tsk. salt, eða eftir smekk

LEIÐBEININGAR:

a) Í skál skaltu sameina hakkað hvítlauk, jurtaolíu, hvíta ediki, sojasósu, aji panca líma, kúmen, þurrkað oregano, svartan pipar og salt.
b) Blandið vel saman til að mynda marinering.
c) Settu svínaöxlina eða kjúklingabitana í grunnt fat eða Ziploc poka. Hellið marineringunni yfir kjötið og tryggið að það sé vel húðað.
d) Hyljið fatið eða innsiglið pokann og setjið í kæli í að minnsta kosti 2 klukkustundir, eða helst yfir nótt, til að leyfa bragðinu að komast inn í kjötið.
e) Forhitið grillið eða ofninn í miðlungs-háan hita.
f) Ef þú notar grill skaltu taka kjötið úr marineringunni og grilla við meðalháan hita þar til það er eldað í gegn og fallega kulnað að utan.
g) Ef þú notar ofn skaltu setja marinerað kjöt á ofnplötu og steikja við 400°F (200°C) í um 25-30 mínútur, eða þar til kjötið er eldað í gegn og brúnað.
h) Þegar kjötið er eldað, takið þá af hellunni og látið það hvíla í nokkrar mínútur áður en það er sneið eða borið fram.

44. Causa de Pollo (perúskur kjúklingur og kartöflupottur)

HRÁEFNI:
FYRIR málstaðinn:
- 4 stórar gular kartöflur
- 1/4 bolli lime safi
- 2 matskeiðar jurtaolía
- 1 tsk aji amarillo-mauk (perúskt gult chilipasta)
- 1 bolli eldaður kjúklingur, rifinn
- 1 avókadó, skorið í sneiðar
- 2 harðsoðin egg, skorin í sneiðar
- Salt og pipar eftir smekk

FYRIR AJI AMARILLO SÓSTU:
- 2 aji amarillo paprikur, fræhreinsaðar og fræhreinsaðar
- 2 matskeiðar jurtaolía
- 1/4 bolli queso fresco (perúskur ferskur ostur)
- 1/4 bolli uppgufuð mjólk
- Salt og pipar eftir smekk

LEIÐBEININGAR:
Fyrir Causa:
a) Sjóðið kartöflurnar þar til þær eru mjúkar og auðvelt er að stappa þær.
b) Flysjið og stappið kartöflurnar á meðan þær eru enn heitar.
c) Bætið við lime safa, jurtaolíu, aji amarillo mauki, salti og pipar. Blandið vel saman til að mynda slétt kartöfludeig.
d) Skiptið kartöfludeiginu í litla skammta.
e) Fletjið út hluta af deiginu og bætið við lag af rifnum kjúklingi.
f) Toppið með öðru lagi af kartöfludeigi.
g) Skreytið með avókadósneiðum og harðsoðnum eggjasneiðum.
h) Berið fram kælt.

Fyrir Aji Amarillo sósuna:
i) Blandaðu saman aji amarillo papriku, jurtaolíu, queso fresco, uppgufðri mjólk, salti og pipar í blandara. Blandið þar til þú hefur rjómalaga sósu.
j) Berið Causa de Pollo fram með ögn af Aji Amarillo sósunni.

45.Cordero a la Nortena (lambakjöt í norðlægum stíl)

HRÁEFNI:
- 2 lbs lambalæri eða -leggur, skorinn í bita
- 1/4 bolli jurtaolía
- 1 rauðlaukur, smátt saxaður
- 2 hvítlauksgeirar, saxaðir
- 2 matskeiðar aji amarillo-mauk (perúskt gult chilipasta)
- 1 bolli chicha de jora (perúskur gerjaður maísbjór)
- 2 bollar frosnar eða ferskar baunir
- 2 bollar hvít hrísgrjón
- 2 bollar vatn
- Salt og pipar eftir smekk

LEIÐBEININGAR:
a) Hitið jurtaolíu í stórum potti og brúnið lambakjötsbitana.
b) Bætið fínt söxuðum lauk, hakkaðri hvítlauk og aji amarillo mauki út í. Eldið þar til laukurinn er mjúkur.
c) Hellið chicha de jora út í og látið malla þar til lambið er meyrt og sósan þykknar.
d) Í sérstökum potti, eldið hvítu hrísgrjónin með vatni, salti og pipar.
e) Berið lambið fram yfir soðnum hrísgrjónum, skreytt með baunum.

46. Anticuchos / Grillað nautahjarta Teini

HRÁEFNI:
- 1,5 pund nautahjarta eða sirloin steik, skorin í hæfilega stóra bita
- 1/4 bolli rauðvínsedik
- 3 msk. grænmetisolía
- 2 hvítlauksgeirar, saxaðir
- 1 msk. malað kúmen
- 1 msk. paprika
- 1 tsk. þurrkað oregano
- 1 tsk. chili duft
- Salt, eftir smekk
- Nýmalaður svartur pipar, eftir smekk
- Viðarspjót, liggja í bleyti í vatni í að minnsta kosti 30 mínútur
- Salsa de Aji (perúsk chilisósa), til framreiðslu

LEIÐBEININGAR:
a) Í stórri skál skaltu sameina rauðvínsedik, jurtaolíu, hakkaðan hvítlauk, malað kúmen, papriku, þurrkað oregano, chiliduft, salt og svartan pipar.
b) Blandið vel saman til að búa til marineringuna.
c) Bætið nautahjarta eða sirloin bitunum við marineringuna og blandið til að húðin verði vel yfir.
d) Lokið skálinni og látið marinerast í ísskáp í að minnsta kosti 2 klukkustundir, eða helst yfir nótt, til að leyfa bragðinu að þróast.
e) Forhitaðu grillið eða grillið þitt í meðalháan hita.
f) Þræðið marineruðu nautakjötsbitana á bleytu tréspjótina og skiljið eftir lítið bil á milli hvers bita.
g) Grillið eða steikið antíkúkana í um það bil 3-4 mínútur á hlið, eða þar til kjötið er soðið að því marki sem þú vilt.
h) Snúðu spjótunum af og til til að elda jafnt.
i) Fjarlægðu soðnu antíkúkurnar af grillinu eða grillinu og láttu þær hvíla í nokkrar mínútur áður en þær eru bornar fram.
j) Berið fram anticuchos heitt ásamt Salsa de Aji, hefðbundinni perúskri chilisósu, til að dýfa í.

LIÐFJÁR

47. Estofado de Pollo/Kjúklingaplokkfiskur

HRÁEFNI:
- 2 pund kjúklingabitar (fætur, læri eða heill kjúklingur skorinn í bita)
- 2 msk. grænmetisolía
- 1 laukur, smátt saxaður
- 2 hvítlauksrif, söxuð
- 1 rauð paprika, skorin í sneiðar
- 1 gul paprika, skorin í sneiðar
- 2 tómatar, skornir í bita
- 2 msk. tómatpúrra
- 1 bolli kjúklingasoð
- 1 bolli frosnar grænar baunir
- 1 tsk. malað kúmen
- 1 tsk. paprika
- 1 tsk. þurrkað oregano
- Salt og pipar eftir smekk
- Fersk kóríander eða steinselja, saxuð (til skrauts)

LEIÐBEININGAR:
a) Kryddið kjúklingabitana með salti og pipar.
b) Hitið jurtaolíuna í stórum potti eða hollenskum ofni yfir meðalhita.
c) Bætið kjúklingabitunum út í og brúnið þá á öllum hliðum. Takið kjúklinginn úr pottinum og setjið til hliðar.
d) Í sama pott, bætið við saxuðum lauk, hakkaðri hvítlauk og sneiðum papriku. Steikið þar til grænmetið er mjúkt.
e) Bætið sneiðum tómötum og tómatmauki út í pottinn og eldið í nokkrar mínútur þar til tómatarnir brotna niður og safinn losnar.
f) Setjið kjúklingabitana aftur í pottinn ásamt uppsöfnuðum safa. Hrærið til að hjúpa kjúklinginn með grænmetis- og tómatblöndunni.
g) Hellið kjúklingasoðinu út í og bætið möluðu kúmeni, papriku, þurrkuðu oregano, salti og pipar út í. Hrærið til að blanda saman.
h) Látið suðuna koma upp, lækkið síðan hitann í lágan og hyljið pottinn. Látið malla í um 30-40 mínútur, eða þar til kjúklingurinn er eldaður í gegn og meyr.
i) Bætið frosnum grænum baunum í pottinn og eldið í 5 mínútur til viðbótar.
j) Smakkið til og stillið kryddið ef þarf.
k) Takið pottinn af hitanum og látið standa í nokkrar mínútur.
l) Berið fram Estofado de Pollo/kjúklingasoðið heitt, skreytt með ferskri kóríander eða steinselju.
m) Fylgdu plokkfiskinum með hrísgrjónum eða kartöflum og njóttu bragðmikilla og huggulegra Estofado de Pollo/kjúklingapottfisksins.

48. Arroz con Pato/Duck Rice

HRÁEFNI:
- 1 heil önd, skorin í bita
- 2 bollar af langkorna hrísgrjónum
- 4 bollar af kjúklingasoði
- 1 bolli bjór (helst ljós lager)
- 1 búnt af ferskum kóríander, stilkar fjarlægðir
- 1 laukur, saxaður
- 4 hvítlauksrif, söxuð
- 2 msk. af jurtaolíu
- 1 tsk. af möluðu kúmeni
- 1 tsk. af papriku
- 1 msk. af aji amarillo mauki (perúskt gult chilipasta) (valfrjálst)
- Salt og pipar eftir smekk
- Rauðlaukur í sneiðar og lime til skrauts

LEIÐBEININGAR:

a) Hitið jurtaolíuna í stórum potti yfir meðalhita.

b) Bætið söxuðum lauk og söxuðum hvítlauk út í og steikið þar til laukurinn verður hálfgagnsær.

c) Bætið öndunum í pottinn og steikið þar til þær eru brúnar á öllum hliðum.

d) Bætið við malaða kúmeni, papriku og aji amarillo mauki (ef það er notað) og hrærið til að húða öndina með kryddinu.

e) Hellið bjórnum út í og eldið í nokkrar mínútur til að leyfa áfenginu að gufa upp.

f) Bætið kjúklingasoðinu í pottinn og látið suðuna koma upp. Lækkið hitann í lágmark, setjið lok á pottinn og látið öndina malla í um það bil 1 til 1,5 klukkustund eða þar til hún er orðin meyr. Fjarlægðu alla umframfitu eða óhreinindi sem koma upp á yfirborðið við matreiðslu.

g) Á meðan öndin er að eldast, blandaðu kóríander með smávegis af vatni í blandara eða matvinnsluvél þar til þú hefur slétt mauk.

h) Þegar öndin er orðin meyr, takið hana úr pottinum og setjið til hliðar. Geymið matreiðsluvökvann.

i) Hitið 2 msk í sérstökum potti. af jurtaolíu yfir meðalhita.

j) Bætið hrísgrjónunum út í og hrærið til að hjúpa það með olíunni.

k) Hellið matreiðsluvökvanum frá öndinni út í ásamt nægu vatni til að búa til alls 4 bolla af vökva (stilla eftir þörfum).

l) Kryddið með salti og pipar eftir smekk.

m) Hrærið kóríandermaukinu saman við og látið suðuna koma upp. Lækkið hitann í lágan, setjið lok á pottinn og látið hrísgrjónin malla í um 20-25 mínútur eða þar til þau eru soðin og vökvinn dreginn í sig.

n) Á meðan hrísgrjónin eru að eldast skaltu rífa eldaða andakjötið með því að nota tvo gaffla eða hendurnar, farga beinum og umframfitu.

o) Þegar hrísgrjónin eru soðin, fleygðu þau með gaffli og blandaðu rifnu andakjötinu varlega saman við.

p) Stilltu kryddið ef þarf og láttu bragðið blandast saman í nokkrar mínútur.

q) Berið Arroz con Pato/önd hrísgrjón fram heit, skreytt með sneiðum rauðlauk og limebátum til hliðar.

49. Pollo a la Brasa/Rotisserie kjúklingur

HRÁEFNI:

- 1 heill kjúklingur, um það bil 3-4 pund
- 4 hvítlauksgeirar, saxaðir
- 2 msk. grænmetisolía
- 2 msk. soja sósa
- 2 msk. hvítt edik
- 1 msk. paprika
- 1 msk. kúmen
- 1 msk. þurrkað oregano
- 1 tsk. svartur pipar
- 1 tsk. salt
- Safi úr 1 lime
- Kolagrill eða gasgrill

LEIÐBEININGAR:

a) Blandið saman í skál hakkað hvítlauk, jurtaolíu, sojasósu, hvíta ediki, papriku, kúmen, þurrkað oregano, svartan pipar, salt og lime safa.
b) Blandið vel saman til að búa til marineringuna.
c) Settu allan kjúklinginn í stóran ziplock poka eða ílát með loki. Hellið marineringunni yfir kjúklinginn og tryggið að hann sé vel húðaður.
d) Lokaðu pokanum eða lokaðu ílátinu og kældu í að minnsta kosti 4 klukkustundir, eða helst yfir nótt, til að leyfa bragðinu að streyma inn í kjúklinginn.
e) Forhitaðu grillið þitt í miðlungs-háan hita. Ef þú notar viðarkol skaltu bíða þar til kolin eru orðin hvít og glóandi.
f) Takið marineraða kjúklinginn úr ísskápnum og látið standa við stofuhita í um 30 mínútur áður en hann er grillaður.
g) Setjið kjúklinginn á grillið, með bringunni niður.
h) Eldið í um 20-25 mínútur, snúið síðan kjúklingnum við og eldið í 20-25 mínútur til viðbótar. Haltu áfram að grilla, snúðu öðru hverju, þar til kjúklingurinn nær 75 °C innra hitastigi og hýðið er gullbrúnt og stökkt.
i) Þegar kjúklingurinn er eldaður, fjarlægðu hann af grillinu og láttu hann hvíla í nokkrar mínútur áður en hann er skorinn út.
j) Skerið Pollo a la Brasa/Rotisserie kjúklinginn í sneiðar, eins og leggi, vængi og bringu.
k) Berið fram Pollo a la Brasa/Rotisserie kjúklinginn heitan með hliðum að eigin vali, svo sem frönskum kartöflum, salati eða hrísgrjónum.

50. Aji de Gallina / Kjúklingur í Aji piparsósu

HRÁEFNI:
- 2 pund beinlausar kjúklingabringur eða læri
- 4 bollar kjúklingasoð
- 2 msk. grænmetisolía
- 1 meðalstór laukur, saxaður
- 3 hvítlauksgeirar, saxaðir
- 2 gular ají paprikur (eða skipt út fyrir jalapeño papriku), fræhreinsaðar og smátt saxaðar
- 2 tsk. malað kúmen
- 1 tsk. túrmerik duft
- 1 bolli gufuð mjólk
- 1 bolli rifinn parmesanostur
- 1 bolli saxaðar valhnetur
- 1/2 bolli svartar ólífur, sneiddar
- Salt, eftir smekk
- Nýmalaður svartur pipar, eftir smekk
- Soðin hvít hrísgrjón, til framreiðslu
- Harðsoðin egg, skorin í sneiðar, til skrauts
- Fersk steinselja eða kóríander, saxuð, til skrauts

LEIÐBEININGAR:
a) Látið suðuna koma upp í stórum potti kjúklingabringurnar eða lærin og kjúklingasoðið.
b) Lækkið hitann í lágan, lokið á og látið malla í um 20 mínútur eða þar til kjúklingurinn er fulleldaður.
c) Takið kjúklinginn úr pottinum, geymið soðið.
d) Leyfðu kjúklingnum að kólna aðeins og rífðu hann svo í hæfilega bita. Setja til hliðar.
e) Hitið jurtaolíuna í stórri pönnu yfir meðalhita.
f) Bætið söxuðum lauknum og söxuðum hvítlauk út í og steikið þar til laukurinn verður hálfgagnsær og ilmandi.
g) Bætið söxuðu ají paprikunni, möluðu kúmeninu og túrmerikduftinu á pönnuna.
h) Eldið í nokkrar mínútur, hrærið af og til, til að leyfa bragðinu að blandast saman.
i) Hellið fráteknu kjúklingasoði, uppgufðri mjólk, rifnum parmesanosti og hakkuðum valhnetum út í.
j) Hrærið vel til að sameina allt hráefnið.
k) Látið suðuna koma upp og eldið í um 10 mínútur, eða þar til sósan þykknar aðeins.
l) Bætið rifnum kjúklingi og sneiðum svörtum ólífum á pönnuna.
m) Hrærið þannig að kjúklingurinn er jafnt yfir sósunni.
n) Eldið í 5 mínútur til viðbótar, leyfið bragðinu að blandast saman.
o) Kryddið með salti og nýmöluðum svörtum pipar eftir smekk.
p) Berið Aji de Gallina fram heitt yfir soðnum hvítum hrísgrjónum. Skreytið með sneiðum harðsoðnum eggjum og nýsöxri steinselju eða kóríander.

51. Causa de Pollo/Chicken Causa

HRÁEFNI:
KARTÖFLULÖG
- 2 pund af gulum kartöflum, skrældar og soðnar þar til þær eru meyrar
- 1/4 bolli af jurtaolíu
- 2-3 msk. af lime safa
- 1-2 tsk. af gulu chili-mauki (aji amarillo-mauk)
- Salt eftir smekk

KJÚKLINGASALATFYLLING
- 2 bollar soðnar kjúklingabringur, rifnar
- 1/2 bolli majónesi
- 1 msk. af lime safa
- 1 msk. af gulu chili-mauki (aji amarillo-mauk)
- 1/2 bolli af fínt skornum rauðlauk
- 1/4 bolli af fínt söxuðum kóríander
- Salt og pipar eftir smekk

SAMSETNING OG SKRETT
- Avókadó sneiðar
- Harðsoðin egg, skorin í sneiðar
- Svartar ólífur
- Salatblöð
- Viðbótargult chilipasta til skrauts

LEIÐBEININGAR:
a) Stappaðu soðnu gulu kartöflurnar í stórri skál með kartöflustöppu eða gaffli þar til þær eru sléttar og lausar við kekki.
b) Bætið jurtaolíunni, lime safa, gulu chili mauki og salti við kartöflumúsina.
c) Hrærið vel saman þar til allt hráefnið hefur blandast saman og kartöflurnar hafa slétt, rjómalöguð samkvæmni. Smakkið til og stillið kryddið ef þarf.
d) Í annarri skál, blandið saman rifnum kjúklingabringum, majónesi, limesafa, gulu chilipauki, rauðlauk, kóríander, salti og pipar.
e) Blandið vel saman þannig að kjúklingurinn er jafnt húðaður með dressingunni.
f) Klæddu ferhyrnt eða ferhyrnt fat með plastfilmu, skildu eftir nóg yfirhang á hliðunum til að auðvelt sé að fjarlægja það.
g) Dreifðu lagi af kartöflumúsinni jafnt á botninn á fatinu, um það bil 1/2 tommu þykkt.
h) Setjið lag af kjúklingasalatblöndunni ofan á kartöflulagið og dreifið því jafnt yfir.
i) Endurtaktu ferlið, skiptu um lög af kartöflumús og kjúklingasalati þar til allt hráefnið er notað, endar með lagi af kartöflumús ofan á.
j) Hyljið fatið með yfirhangandi plastfilmu og geymið í kæli í að minnsta kosti 2 klukkustundir til að leyfa bragðinu að blandast saman og causa að stífna.
k) Þegar það hefur verið kælt og stíflað, fjarlægðu plastfilmuna og hvolfið causa varlega á framreiðsludisk.
l) Skreytið toppinn á causa með avókadósneiðum, harðsoðnum eggsneiðum, svörtum ólífum og salatlaufum.
m) Skreytið gulu chili-mauki skrautlega yfir toppinn fyrir aukinn lit og bragð.
n) Skerið causa í staka skammta og berið fram kælt.

52.Arroz Chaufa/Peruvian Fried Rice

HRÁEFNI:
- 3 bollar soðin hvít hrísgrjón, helst dagsgömul og kæld
- 1 bolli soðinn kjúklingur eða svínakjöt, skorinn í teninga
- 1 bolli soðnar rækjur, afhýddar og afvegaðar
- 1/2 bolli frosnar baunir og gulrætur, þiðnar
- 1/2 bolli hægeldaður laukur
- 2 hvítlauksgeirar, saxaðir
- 2 msk. soja sósa
- 1 msk. ostru sósa
- 1 msk. sesam olía
- 2 msk. grænmetisolía
- 2 egg, létt þeytt
- Salt og pipar eftir smekk
- Grænn laukur í sneiðar, til skrauts

LEIÐBEININGAR:
a) Hitið jurtaolíuna í stórri pönnu eða wok við meðalháan hita.

b) Bætið söxuðum lauknum og söxuðum hvítlauk á pönnuna og hrærið í nokkrar mínútur þar til þeir verða ilmandi og mýkjast aðeins.

c) Þrýstið lauknum og hvítlauknum á aðra hliðina á pönnunni og hellið þeyttum eggjunum í hina hliðina. Hrærið eggin þar til þau eru fullelduð og blandið þeim síðan saman við laukinn og hvítlaukinn.

d) Bætið hægelduðum kjúklingi eða svínakjöti, soðnum rækjum, þíddum ertum og gulrótum á pönnuna. Hrærið í nokkrar mínútur þar til hráefnin eru hituð í gegn.

e) Bætið kældu soðnu hrísgrjónunum á pönnuna og brjótið upp allar kekkjur með spaða. Hrærið hrísgrjónin með hinu hráefninu, dreift þeim jafnt um hrísgrjónin.

f) Dreypið sojasósu, ostrusósu og sesamolíu yfir hrísgrjónin. Hrærið vel til að blanda saman og hjúpið hrísgrjónin jafnt með sósunum.

g) Kryddið Arroz Chaufa/Peruvian Fried Rice með salti og pipar eftir smekk. Stilltu magn krydds og sósu eftir því sem þú vilt.

h) Haltu áfram að hræra í hrísgrjónunum í nokkrar mínútur í viðbót þar til þau eru vel heit og bragðið hefur blandað saman.

i) Takið Arroz Chaufa/Peruvian Fried Rice af hitanum og skreytið með sneiðum grænum lauk.

j) Berið Arroz Chaufa/Peruvian Fried Rice fram heitt sem aðalrétt eða sem meðlæti með sojasósu eða chilisósu til viðbótar, ef þess er óskað.

53. Arroz con Pollo (perúskur kjúklingur og hrísgrjón)

HRÁEFNI:
- 2 bollar langkorna hrísgrjón
- 4 kjúklingaleggjafjórðungar, skinn-á og með bein
- 2 matskeiðar jurtaolía
- 1/2 bolli niðurskorin rauð paprika
- 1/2 bolli græn paprika í teningum
- 1/2 bolli niðurskorinn rauðlaukur
- 2 hvítlauksgeirar, saxaðir
- 2 matskeiðar aji amarillo-mauk (perúskt gult chilipasta)
- 2 bollar kjúklingasoð
- 1/2 bolli frosnar baunir
- 1/2 bolli niðurskornar gulrætur
- 1/2 bolli niðurskornar grænar baunir
- 1/4 bolli ferskt kóríander, saxað
- Salt og pipar eftir smekk

LEIÐBEININGAR:
a) Hitið jurtaolíu í stórum potti og brúnið kjúklingabringurnar á öllum hliðum. Fjarlægðu og settu til hliðar.
b) Í sama potti, steikið rauða og græna papriku í teninga, saxaðan rauðlauk og saxaðan hvítlauk þar til það er mjúkt.
c) Hrærið aji amarillo mauki út í og eldið í nokkrar mínútur.
d) Setjið kjúklinginn aftur í pottinn, bætið hrísgrjónunum út í og hellið kjúklingasoðinu út í. Kryddið með salti og pipar.
e) Bætið við frosnum ertum, hægelduðum gulrótum og hægelduðum grænum baunum. Blandið vel saman.
f) Lokið og látið malla þar til kjúklingurinn er soðinn og hrísgrjónin mjúk.
g) Skreytið með fersku kóríander áður en það er borið fram.

54. Papa a la Huancaína con Pollo

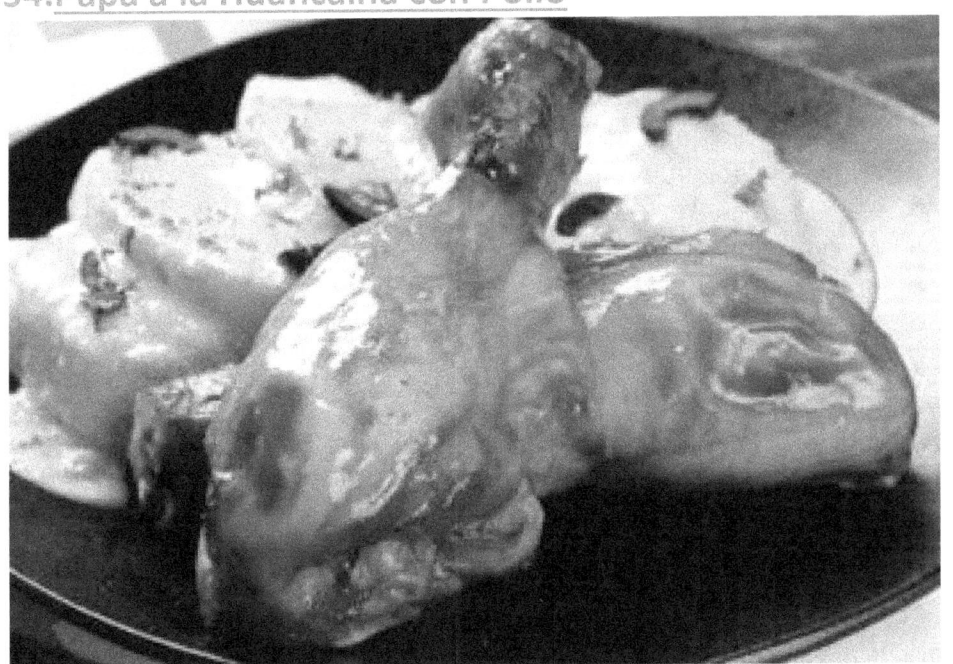

HRÁEFNI:
FYRIR HUANCAÍNA SÓSTU:
- 2 aji amarillo paprikur, fræhreinsaðar og fræhreinsaðar
- 2 hvítlauksgeirar, saxaðir
- 1 bolli queso fresco (perúskur ferskur ostur)
- 1/2 bolli uppgufuð mjólk
- 4 gos kex
- 2 matskeiðar jurtaolía
- Salt og pipar eftir smekk

FYRIR Kjúklinginn:
- 4 beinlausar, roðlausar kjúklingabringur
- 1/4 bolli jurtaolía
- Salt og pipar eftir smekk

FYRIR Kartöflurnar:
- 4 stórar gular kartöflur, soðnar og skornar í sneiðar
- Salatblöð til framreiðslu
- Svartar ólífur til skrauts
- Harðsoðin egg, skorin í sneiðar

LEIÐBEININGAR:
a) Í blandara skaltu sameina aji amarillo papriku, hakkaðan hvítlauk, queso fresco, uppgufaða mjólk, gos kex, jurtaolíu, salt og pipar. Blandið þar til þú hefur rjómalaga Huancaína sósu.
b) Kryddið kjúklingabringurnar með salti og pipar og grillið eða steikið þær á pönnu þar til þær eru fulleldaðar.
c) Berið kjúklinginn fram yfir salatlaufum, toppið með soðnum kartöflusneiðum og dreypið Huancaína sósu yfir kjúklinginn og kartöflurnar.
d) Skreytið með harðsoðnum eggjasneiðum og svörtum ólífum.

55. Aguadito de Pollo (perúsk kjúklinga- og hrísgrjónasúpa)

HRÁEFNI:
- 4 beinbein kjúklingalæri með skinni
- 1 bolli langkorna hrísgrjón
- 8 bollar kjúklingasoð
- 1/2 bolli grænar baunir
- 1/2 bolli maískorn (ferskt eða frosið)
- 1/2 bolli saxaður kóríander
- 1/2 bolli niðurskorinn rauðlaukur
- 2 hvítlauksgeirar, saxaðir
- 1 aji amarillo pipar, fræhreinsaður og smátt saxaður (valfrjálst fyrir hita)
- 2 matskeiðar jurtaolía
- Salt og pipar eftir smekk
- Limebátar til framreiðslu

LEIÐBEININGAR:
a) Hitið jurtaolíu í stórum potti yfir miðlungs háan hita.
b) Bætið við kjúklingalæri og brúnið þau á báðum hliðum.
c) Bætið við hægelduðum rauðlauk, söxuðum hvítlauk og aji amarillo (ef það er notað) og eldið þar til laukurinn er mjúkur.
d) Hrærið hrísgrjónum saman við og eldið í nokkrar mínútur.
e) Hellið kjúklingasoði út í og látið suðuna koma upp.
f) Lækkið hitann að suðu og bætið við grænum ertum, maís og söxuðum kóríander.
g) Látið malla þar til hrísgrjónin eru soðin og súpan hefur þyknað aðeins.
h) Berið fram með limebátum til að kreista yfir súpuna.

56.Kjúklingur og kartöflur Pachamanca

HRÁEFNI:
- 4 kjúklingabitar með beinum skinni
- 4 stórar gular kartöflur, skrældar og skornar í tvennt
- 2 bollar lima baunir, afhýddar
- 4 maíseyru, afhýdd og skorin í hringi
- 1/2 bolli aji panca mauk (perúskt rautt chilipasta)
- 1/2 bolli chicha de jora (perúskur gerjaður maísbjór)
- 1/4 bolli jurtaolía
- 2 matskeiðar pressaður hvítlaukur
- 2 matskeiðar malað kúmen
- 2 matskeiðar þurrkað oregano
- Banani lauf
- Salt og pipar eftir smekk

LEIÐBEININGAR:

a) Í stórri blöndunarskál skaltu sameina aji panca-mauk, chicha de jora, jurtaolíu, mulinn hvítlauk, malað kúmen, þurrkað oregano, salt og pipar til að gera marinering.

b) Nuddið kjúklingabitana og kartöflurnar með marineringunni og látið standa í um það bil 1 klst.

c) Setjið bananablöð á botn neðanjarðar ofn eða stórt eldfast mót.

d) Leggðu marineraða kjúklinginn, kartöflurnar, lima baunirnar og maíshringana á bananablöðin.

e) Hyljið með fleiri bananalaufum.

f) Bakið í neðanjarðar ofni eða venjulegum ofni við lágan hita (um 300°F eða 150°C) í nokkrar klukkustundir þar til allt er eldað í gegn og meyrt.

g) Berið fram heitt.

57.Aji de Pollo (kjúklingur í sterkri Aji sósu)

HRÁEFNI:
- 4 beinlausar, roðlausar kjúklingabringur, skornar í strimla
- 1/2 bolli aji amarillo sósa (perúsk gul chili sósa)
- 2 matskeiðar jurtaolía
- 1 rauðlaukur, þunnt sneið
- 2 hvítlauksgeirar, saxaðir
- 2 bollar kjúklingasoð
- 2 matskeiðar jarðhnetur, ristaðar og malaðar
- 1/2 bolli queso fresco (perúskur ferskur ostur), mulinn
- 4 bollar soðin hvít hrísgrjón
- Salt og pipar eftir smekk

LEIÐBEININGAR:
a) Hitið jurtaolíu yfir miðlungshita í stórri pönnu.
b) Bætið við sneiðum rauðlauk og söxuðum hvítlauk. Steikið þar til laukurinn er mjúkur.
c) Bætið kjúklingastrimunum út í og eldið þar til þær eru brúnar.
d) Hrærið aji amarillo sósu og kjúklingasoði saman við. Látið malla þar til kjúklingurinn er eldaður og sósan þykknar.
e) Kryddið með salti og pipar eftir smekk.
f) Berið Aji de Pollo fram yfir soðnum hvítum hrísgrjónum, skreytt með möluðum hnetum og mulið queso fresco.

58.Quinotto con Pollo (kjúklingur og kínóa risotto)

HRÁEFNI:
- 2 beinlausar, roðlausar kjúklingabringur, skornar í teninga
- 1 bolli quinoa
- 2 bollar kjúklingasoð
- 1/2 bolli hvítvín
- 1/2 bolli rifinn parmesanostur
- 1/4 bolli hakkað ferskt kóríander
- 1/4 bolli niðurskorin rauð paprika
- 1/4 bolli niðurskornar grænar baunir
- 2 matskeiðar jurtaolía
- Salt og pipar eftir smekk

LEIÐBEININGAR:
a) Hitið jurtaolíu á stórri pönnu og eldið kjúklingabitana þar til þeir eru brúnir og soðnir í gegn. Takið af pönnunni og setjið til hliðar.
b) Bætið kínóa út á sömu pönnu og ristið það í nokkrar mínútur.
c) Hellið hvítvíni út í og látið malla þar til það er að mestu tekið í sig.
d) Bætið kjúklingasoðinu smám saman út í, hrærið þar til kínóaið er soðið og rjómakennt.
e) Hrærið rifnum parmesanosti, saxuðu kóríander, hægelduðum rauðri papriku og hægelduðum grænum ertum saman við.
f) Kryddið með salti og pipar.
g) Berið Quinotto fram með soðnum kjúklingi ofan á.

NAGGRÍS

59.Picante de Cuy/Naggvínaplokkfiskur

HRÁEFNI:
- 2 naggrísir, hreinsaðir og skornir í bita
- 1 bolli aji panca deig (perúskt rautt chilipasta)
- 1/2 bolli af jurtaolíu
- 2 laukar, smátt saxaðir
- 4 hvítlauksrif, söxuð
- 2 msk. af möluðu kúmeni
- 2 msk. af þurrkuðu oregano
- 2 bollar af kjúklinga- eða grænmetissoði
- 4 kartöflur, skrældar og skornar í bita
- 2 gulrætur, skrældar og skornar í sneiðar
- 1 bolli grænar baunir (ferskar eða frosnar)
- Salt og pipar eftir smekk
- Ferskt kóríander til skrauts
- Soðin hvít hrísgrjón til framreiðslu

LEIÐBEININGAR:

a) Marinerið naggrísabitana í stórri skál með aji panca maukinu og tryggið að þeir séu jafnhúðaðir. Látið marinerast í að minnsta kosti 30 mínútur, eða helst yfir nótt í kæliskáp.

b) Hitið jurtaolíuna í stórum potti eða hollenskum ofni yfir meðalhita.

c) Bætið söxuðum lauknum og söxuðum hvítlauk í pottinn og steikið þar til laukurinn er orðinn hálfgagnsær og hvítlaukurinn er ilmandi.

d) Hrærið malaða kúmeninu og þurrkuðu oregano saman við og eldið í eina mínútu til að losa bragðið.

e) Bætið marineruðu naggrísabitunum í pottinn og brúnið þá á öllum hliðum í nokkrar mínútur.

f) Hellið kjúklinga- eða grænmetissoðinu út í og kryddið með salti og pipar eftir smekk.

g) Setjið lok á pottinn og látið naggrísinn malla við vægan hita í um 1 til 1,5 klukkustund, eða þar til kjötið er meyrt og í gegn. Hrærið af og til og bætið við meira soði ef þarf.

h) Í sérstökum potti, eldið kartöflur og gulrætur í söltu vatni þar til þær eru mjúkar. Tæmið og setjið til hliðar.

i) Þegar naggrísinn er soðinn skaltu bæta soðnum kartöflum, gulrótum og grænum baunum í pottinn. Hrærið varlega til að blanda saman.

j) Haltu áfram að elda í 10 mínútur í viðbót, láttu bragðið blandast saman.

k) Takið pottinn af hellunni og látið standa í nokkrar mínútur áður en hann er borinn fram.

l) Berið Picante de Cuy/marsvínapottréttinn fram heita, skreytta með fersku kóríander.

m) Fylgdu því með soðnum hvítum hrísgrjónum.

60. Cuy Chactado (steikt naggrís)

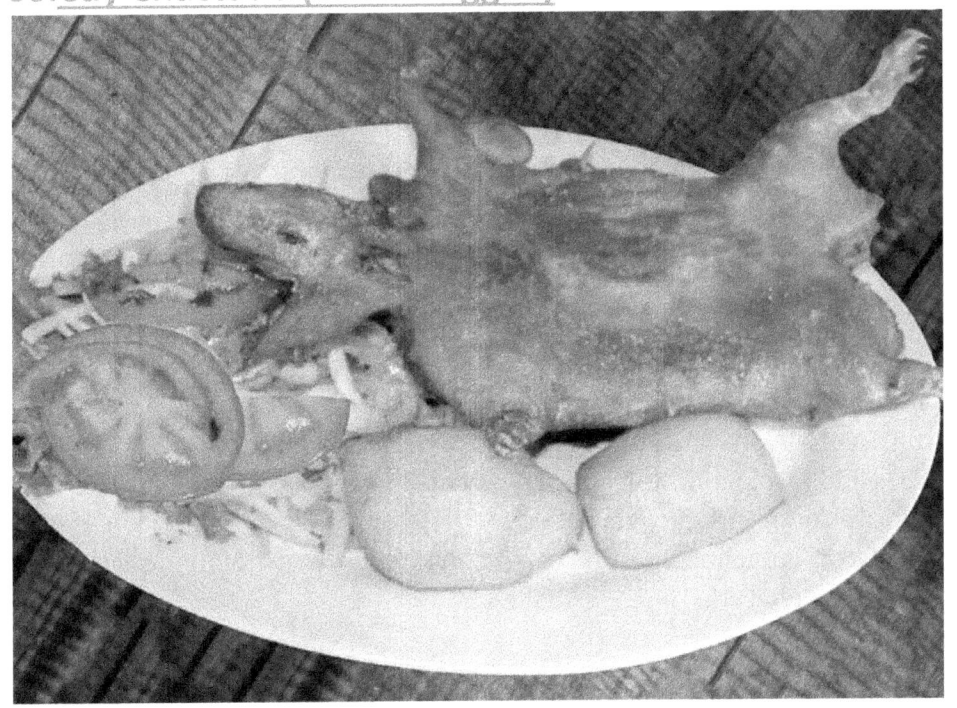

HRÁEFNI:
- 2 naggrísir, klæddir og skornir í bita
- 1 bolli aji amarillo sósa (perúsk gul chili sósa)
- 1 bolli jurtaolía
- 1 bolli maíssterkju
- 1 bolli soðnar gular kartöflur, skornar í sneiðar
- Salatblöð til framreiðslu
- Limebátar til skrauts
- Salt og pipar eftir smekk

LEIÐBEININGAR:
a) Kryddið naggrísabitana með salti og pipar.
b) Dýptu hvern bita í aji amarillo sósu og síðan í maíssterkju til að hjúpa.
c) Hitið jurtaolíu á stórri pönnu og steikið naggrísabitana þar til þeir eru stökkir og eldaðir í gegn.
d) Berið Cuy Chactado fram með soðnum kartöflusneiðum, salatlaufum og limebátum.

61. Pachamanca de Cuy (neðanjarðarofnbakað naggrís)

HRÁEFNI:

- 2 klæddir og hreinsaðir naggrísir
- 4 stórar kartöflur, skrældar og helmingaðar
- 2 bollar lima baunir, afhýddar
- 4 maíseyru, afhýdd og skorin í hringi
- 1/2 bolli aji panca mauk (perúskt rautt chilipasta)
- 1/2 bolli chicha de jora (perúskur gerjaður maísbjór)
- 1/4 bolli jurtaolía
- 2 matskeiðar pressaður hvítlaukur
- 2 matskeiðar malað kúmen
- 2 matskeiðar þurrkað oregano
- Banani lauf
- Salt og pipar eftir smekk

LEIÐBEININGAR:

a) Í stórri blöndunarskál skaltu sameina aji panca-mauk, chicha de jora, jurtaolíu, mulinn hvítlauk, malað kúmen, þurrkað oregano, salt og pipar til að gera marinering.

b) Nuddaðu naggrísunum með marineringunni og láttu þau standa í um það bil 1 klst.

c) Setjið bananablöð á botn neðanjarðar ofn eða stórt eldfast mót.

d) Leggðu marineruðu naggrísina, kartöflurnar, lima baunir og maíshringi á bananablöðin.

e) Hyljið með fleiri bananalaufum.

f) Bakið í neðanjarðar ofni eða venjulegum ofni við lágan hita (um 300°F eða 150°C) í nokkrar klukkustundir þar til allt er eldað í gegn og meyrt.

g) Berið fram heitt.

62. Cuy al Horno (steikt naggrís)

HRÁEFNI:
- 2 klæddir og hreinsaðir naggrísir
- 2 matskeiðar aji panca-mauk (perúskt rautt chilipasta)
- 1/4 bolli jurtaolía
- 2 hvítlauksgeirar, saxaðir
- 1/4 bolli hvítvín
- 2 tsk malað kúmen
- 2 tsk þurrkað oregano
- Salt og pipar eftir smekk

LEIÐBEININGAR:
a) Í skál skaltu sameina aji panca-mauk, jurtaolíu, hakkaðan hvítlauk, hvítvín, malað kúmen, þurrkað oregano, salt og pipar til að búa til marinering.
b) Nuddaðu naggrísunum með marineringunni og passaðu að þau séu vel húðuð. Látið þær marinerast í að minnsta kosti 2 klst.
c) Forhitið ofninn í 350°F (175°C).
d) Settu marineruðu naggrísin í steikarpönnu og steiktu í forhituðum ofni í um það bil 1 til 1,5 klukkustund eða þar til þau eru fullelduð og hafa stökka húð.
e) Berið fram Cuy al Horno með vali á perúsku meðlæti.

63.Cuy con Papa a la Huancaina

HRÁEFNI:
FYRIR naggrísið:
- 2 klæddir og hreinsaðir naggrísir
- 1/4 bolli aji panca mauk (perúskt rautt chilipasta)
- 2 matskeiðar jurtaolía
- 2 hvítlauksgeirar, saxaðir
- 1/4 bolli hvítvín
- 2 tsk malað kúmen
- 2 tsk þurrkað oregano
- Salt og pipar eftir smekk

FYRIR HUANCAINA Kartöflurnar:
- 4 gular kartöflur, soðnar og skornar í sneiðar
- 1 bolli queso fresco (perúskur ferskur ostur)
- 1/2 bolli aji amarillo sósa (perúsk gul chili sósa)
- 1/4 bolli uppgufuð mjólk
- 2 matskeiðar jurtaolía
- Salt og pipar eftir smekk

LEIÐBEININGAR:
a) Í skál skaltu sameina aji panca-mauk, jurtaolíu, hakkaðan hvítlauk, hvítvín, malað kúmen, þurrkað oregano, salt og pipar til að búa til marinering fyrir naggrísin.

b) Nuddaðu naggrísunum með marineringunni og passaðu að þau séu vel húðuð. Látið þær marinerast í að minnsta kosti 2 klst.

c) Forhitið ofninn í 350°F (175°C).

d) Settu marineruðu naggrísin í steikarpönnu og steiktu í forhituðum ofni í um það bil 1 til 1,5 klukkustund eða þar til þau eru fullelduð og hafa stökka húð.

e) Fyrir Huancaina kartöflurnar, blandaðu queso fresco, aji amarillo sósu, uppgufðri mjólk, jurtaolíu, salti og pipar þar til þú hefur rjómalaga sósu.

f) Berið ristuðu naggrísina fram með soðnum kartöflusneiðum sem eru dreyptar með Huancaina sósu.

64.Cuy Saltado (Hrærð naggrís)

HRÁEFNI:
- 2 klæddir og hreinsaðir naggrísir, skornir í bita
- 2 matskeiðar jurtaolía
- 1 rauðlaukur, þunnt sneið
- 1 rauð paprika, skorin í sneiðar
- 2 tómatar, sneiddir
- 2 hvítlauksgeirar, saxaðir
- 1/4 bolli aji amarillo mauk (perúskt gult chilipasta)
- 2 matskeiðar sojasósa
- 2 matskeiðar rauðvínsedik
- Salt og pipar eftir smekk

LEIÐBEININGAR:
a) Hitið jurtaolíu í stórri pönnu eða wok við háan hita.
b) Bætið naggrísabitunum út í og hrærið þar til þeir eru brúnir og soðnir í gegn. Takið af pönnunni og setjið til hliðar.
c) Á sömu pönnu, bætið sneiðum rauðlauk, rauðum papriku og söxuðum hvítlauk út í. Hrærið þar til grænmetið er meyrt.
d) Setjið naggrísabitana aftur á pönnuna og bætið sneiðum tómötum, aji amarillo mauki, sojasósu og rauðvínsediki út í. Eldið í nokkrar mínútur.
e) Kryddið með salti og pipar eftir smekk.
f) Berið fram Cuy Saltado með gufusoðnum hvítum hrísgrjónum.

65. Cuy en Salsa de Mani (naggvín í hnetusósu)

HRÁEFNI:

- 2 klæddir og hreinsaðir naggrísir, skornir í bita
- 1/2 bolli aji panca mauk (perúskt rautt chilipasta)
- 1/2 bolli jurtaolía
- 2 laukar, smátt saxaðir
- 4 hvítlauksgeirar, saxaðir
- 1 bolli ristaðar jarðhnetur, malaðar
- 2 bollar kjúklingasoð
- 1/4 bolli uppgufuð mjólk
- Salt og pipar eftir smekk

LEIÐBEININGAR:

a) Blandaðu saman aji panca-mauki, jurtaolíu, fínt saxuðum lauk, söxuðum hvítlauk og möluðum ristuðum hnetum í skál til að búa til marinering fyrir naggrísina.
b) Nuddaðu naggrísabitana með marineringunni og passaðu að þeir séu vel húðaðir. Látið þær marinerast í að minnsta kosti 2 klst.
c) Hitið stóran pott yfir meðalhita. Bætið marineruðu naggrísabitunum út í og eldið þar til þeir eru brúnir á öllum hliðum.
d) Hellið kjúklingasoðinu og gufumjólkinni út í. Látið malla þar til naggrísirnir eru soðnir í gegn og sósan þykknar.
e) Kryddið með salti og pipar eftir smekk.
f) Berið fram Cuy en Salsa de Mani með gufusoðnum hvítum hrísgrjónum.

FISKUR OG SJÁVAR

66. Trucha a la Plancha/Grillaður silungur

HRÁEFNI:
- 4 silungsflök, roð á
- 2 msk. af jurtaolíu
- Safi úr 1 sítrónu
- Salt og pipar eftir smekk
- Ferskar kryddjurtir (eins og steinselja eða kóríander), saxaðar (valfrjálst)
- Sítrónubátar til framreiðslu

LEIÐBEININGAR:
a) Forhitið grill eða hitið stóra pönnu yfir meðalháan hita.
b) Skolaðu silungsflökin undir köldu vatni og þurrkaðu þau með pappírshandklæði.
c) Pensliðu báðar hliðar silungsflökanna með jurtaolíu og tryggið að þau séu jafnhúðuð.
d) Kryddið flökin með salti, pipar og kreisti af sítrónusafa á báðum hliðum.
e) Settu silungsflökin með roðhliðinni niður á grillið eða pönnu.
f) Eldið í um 3-4 mínútur á hvorri hlið, eða þar til fiskurinn er ógagnsær og flagnar auðveldlega með gaffli. Húðin á að vera stökk og gullinbrún.
g) Takið silungsflökin af hellunni og færið þau yfir á framreiðsludisk.
h) Stráið ferskum kryddjurtum (ef þær eru notaðar) yfir flökin til að fá aukið bragð og skreytið.
i) Berið Trucha a la Plancha/Grillaða silunginn fram heitan ásamt sítrónubátum til að kreista yfir fiskinn.
j) Þú getur borið það fram með hlið af gufusoðnu grænmeti, hrísgrjónum eða salati til að fullkomna máltíðina.

67.Parihuela/sjávarréttasúpa

HRÁEFNI:
- 1,1 pund af blönduðu sjávarfangi (rækjur, smokkfiskur, kræklingur, kolkrabbi osfrv.)
- 1,1 pund af hvítfiskflökum (eins og tófu, snapper eða þorskur)
- 1 laukur, smátt saxaður
- 4 hvítlauksrif, söxuð
- 2 tómatar, skrældir og saxaðir
- 2 msk. af tómatmauki
- 2 msk. af jurtaolíu
- 1 msk. af aji amarillo mauki (perúskt gult chilipasta) (valfrjálst)
- 4 bollar af fiski eða sjávarréttasoði
- 1 bolli af hvítvíni
- 1 bolli af vatni
- 1 tsk. af möluðu kúmeni
- 1 tsk. af þurrkuðu oregano
- 1/4 bolli hakkað kóríander
- Salt og pipar eftir smekk

LEIÐBEININGAR:
a) Hitið jurtaolíuna í stórum potti eða hollenskum ofni yfir meðalhita.
b) Bætið söxuðum lauknum og söxuðum hvítlauk í pottinn og steikið þar til þeir verða hálfgagnsærir.
c) Hrærið söxuðum tómötum og tómatmauki saman við.
d) Eldið í nokkrar mínútur þar til tómatarnir mýkjast.
e) Ef þú notar aji amarillo mauk skaltu bæta því við pottinn og blanda vel saman við hitt hráefnið.
f) Hellið hvítvíninu út í og látið malla í nokkrar mínútur til að minnka áfengið.
g) Bætið fisk- eða sjávarréttasoðinu og vatni í pottinn. Látið suðuna koma upp.
h) Skerið fiskflökin í hæfilega bita og bætið í pottinn.
i) Lækkið hitann í lágan og leyfið súpunni að malla í um 10 mínútur eða þar til fiskurinn er eldaður í gegn.
j) Bætið blönduðu sjávarfanginu (rækjum, smokkfiski, kræklingi, kolkrabba o.s.frv.) í pottinn og eldið í 5 mínútur í viðbót eða þar til sjávarfangið er soðið og mjúkt.
k) Kryddið Parihuela/sjávarréttasúpuna með möluðu kúmeni, þurrkuðu oregano, salti og pipar. Stilltu kryddið eftir smekk þínum.
l) Stráið söxuðu kóríander yfir súpuna og hrærið varlega.
m) Takið pottinn af hellunni og látið standa í nokkrar mínútur áður en hann er borinn fram.
n) Berið Parihuela/sjávarréttasúpuna fram heita í súpuskálum ásamt skorpubrauði eða soðnum hrísgrjónum.

68. Lime-marineraður hrár fiskur (Cebiche)

Hráefni:
- 1 ½ pund. sjóbirtingur, lúða, flundra, snappari eða annar þéttur fiskur
- 1 rauðlaukur, skorinn í fínar sneiðar
- ½ aji amarillo chili pipar, saxaður mjög fínt
- Salt
- 1 hvítlauksgeiri, saxaður mjög fínn Safi úr 12 lime
- 2 msk. kóríanderlauf, skorin í sneiðar
- 1 stór sæt kartöflu, soðin, afhýdd og skorin þykkt
- 12 korneyru, skorin í gegnum um það bil 12 tommu þykkt, soðin
- Salatblöð

LEIÐBEININGAR:
a) Blandið saman fiski og lauk og þvoið saman. Tæmið vel.
b) Settu fiskinn í skálina sem þú vilt nota. Kryddið fiskinn með salti, chilipipar og hvítlauk.
c) Bætið við limesafanum og nokkrum ísmolum eða nokkrum matskeiðum af ísvatni.
d) Látið hvíla í 5 mínútur, en ekki lengur en 45 mínútur. Fargið ísinn.
e) Stráið kóríanderlaufum yfir. Berið fram strax með salati, maís og sætum kartöflum.

69. Causa Rellena de Atún (Túnfiskfyllt Causa)

HRÁEFNI:
FYRIR málstaðinn:
- 4 stórar gular kartöflur
- 2 matskeiðar jurtaolía
- 1/4 bolli lime safi
- 1 tsk aji amarillo-mauk
- Salt og pipar eftir smekk

FYRIR Túnfiskfyllinguna:
- 1 dós túnfiskur, tæmd
- 1/4 bolli majónesi
- 1/4 bolli fínt saxaður rauðlaukur
- 2 harðsoðin egg, saxuð
- Svartar ólífur til skrauts
- Salatblöð (valfrjálst)

LEIÐBEININGAR:
a) Sjóðið kartöflurnar þar til þær eru mjúkar og auðvelt er að stappa þær.
b) Flysjið og stappið kartöflurnar á meðan þær eru enn heitar. Bætið við lime safa, jurtaolíu, aji amarillo mauki, salti og pipar. Blandið vel saman til að mynda slétt kartöfludeig.
c) Skiptið kartöfludeiginu í tvo jafna hluta.
d) Fletjið einn skammt út í framreiðslufat og búið til grunnlag.
e) Blandið tæmdum túnfiski, majónesi, söxuðum rauðlauk og harðsoðnum eggjum saman í sérstakri skál.
f) Dreifið túnfiskblöndunni yfir kartöflubotnlagið.
g) Hyljið með seinni hluta kartöfludeigsins.
h) Skreytið með svörtum ólífum.
i) Berið fram kælt, mögulega á salatlaufabeði.

70.Chupe de Camarones/rækjukæfa

HRÁEFNI:
- 1 pund rækja, afhýdd og afveguð
- 1 msk. ólífuolía
- 1 laukur, smátt saxaður
- 3 hvítlauksrif, söxuð
- 1 tsk. malað kúmen
- 1 tsk. þurrkað oregano
- 2 msk. ají amarillo paste (eða skipt út fyrir gult chilipasta)
- 2 bollar fisk- eða grænmetissoð
- 1 bolli gufuð mjólk
- 1 bolli frosnir maískorn
- 1 bolli niðurskornar kartöflur
- 1 bolli niðurskornar gulrætur
- 1 bolli kúrbít í teningum
- 1/2 bolli baunir
- 1/2 bolli niðurskorin rauð paprika
- 1/2 bolli græn paprika í teningum
- 1/4 bolli hakkað ferskt kóríander
- Salt og pipar, eftir smekk
- 2 egg, þeytt
- Ferskur ostur, mulinn, til skrauts
- Ferskt kóríander, saxað, til skrauts

LEIÐBEININGAR:
a) Hitið ólífuolíuna yfir miðlungshita í stórum potti.
b) Bætið söxuðum lauknum og söxuðum hvítlauk út í. Steikið þar til laukurinn verður hálfgagnsær og hvítlaukurinn er ilmandi.
c) Bætið malaða kúmeninu, þurrkuðu oregano og ají amarillo maukinu í pottinn. Hrærið vel til að blanda saman og eldið í eina mínútu til viðbótar til að losa bragðið.
d) Bætið fisk- eða grænmetissoðinu út í og látið suðuna koma upp. Lækkið hitann í lágan og látið malla í um það bil 10 mínútur til að leyfa bragðinu að blandast saman.
e) Bætið gufuðu mjólkinni, frosnum maískjörnum, hægelduðum kartöflum, gulrótum, kúrbít, ertum, rauðri papriku, grænum papriku og söxuðum kóríander út í pottinn. Hrærið vel og kryddið með salti og pipar eftir smekk.
f) Látið malla í um það bil 15 mínútur, eða þar til grænmetið er meyrt.
g) Á meðan, á sérstakri pönnu, steikið rækjurnar í smávegis af ólífuolíu þar til þær verða bleikar og eldaðar í gegn. Setja til hliðar.
h) Þegar grænmetið er orðið meyrt skaltu hella þeyttu eggjunum hægt í pottinn á meðan hrært er stöðugt. Þetta mun búa til borðar af soðnu eggi í gegnum súpuna.
i) Bætið soðnu rækjunni í pottinn og hrærið varlega til að blandast saman. Látið súpuna malla í 5 mínútur til viðbótar til að leyfa bragðinu að blandast saman.
j) Berið Chupe de Camarones/rækjukæfuna fram heita, skreytta með muldum ferskum osti og söxuðu fersku kóríander.

71. Chupe de Pescado/Fish Chowder

HRÁEFNI:
- 1 pund af hvítfiskflökum (svo sem snapper, þorski eða tilapia), skorin í hæfilega stóra bita
- 1 laukur, smátt saxaður
- 3 hvítlauksrif, söxuð
- 2 msk. af jurtaolíu
- 2 msk. af ají amarillo mauki (perúskt gult chilipasta) eða setjið í staðinn fyrir gult piparmauk
- 2 bollar af fiski eða sjávarréttasoði
- 2 bollar af vatni
- 2 meðalstórar kartöflur, skrældar og skornar í teninga
- 1 bolli af frosnum maískjörnum
- 1 bolli gufuð mjólk
- 1 bolli af ferskum eða frosnum ertum
- 1 bolli af rifnum osti (eins og mozzarella eða cheddar)
- 2 msk. af söxuðu fersku kóríander
- Salt og pipar eftir smekk
- Limebátar til framreiðslu

LEIÐBEININGAR:

a)   Hitið jurtaolíuna í stórum potti yfir meðalhita.

b)   Bætið söxuðum lauknum og söxuðum hvítlauk út í og steikið þar til laukurinn verður hálfgagnsær og hvítlaukurinn er ilmandi.

c)   Hrærið ají amarillo maukinu eða gulu piparmaukinu út í og eldið í eina mínútu til að blanda bragðinu inn.

d)   Bætið fisk- eða sjávarréttasoðinu og vatni í pottinn og látið suðuna koma upp.

e)   Bætið kartöflunum í pottinn, lækkið hitann í miðlungs lágan hita og látið malla í um það bil 10 mínútur eða þar til kartöflurnar eru soðnar að hluta.

f)   Hrærið fiskflökum og frosnum maískornum saman við. Látið malla í 5-7 mínútur í viðbót þar til fiskurinn er eldaður í gegn og maísurinn mjúkur.

g)   Hellið uppgufðu mjólkinni út í og bætið baunum út í. Hrærið vel til að blanda saman.

h)   Kryddið Chupe de Pescado/Fish Chowder með salti og pipar eftir smekk. Stillið kryddið eftir þörfum.

i)   Stráið rifnum osti yfir súpuna. Setjið lok á pottinn og látið malla í 5 mínútur til viðbótar eða þar til osturinn er bráðinn og bragðið vel blandað saman.

j)   Takið pottinn af hellunni og stráið söxuðu kóríander yfir súpuna.

k)   Berið Chupe de Pescado/Fish Chowder fram heita með limebátum á hliðinni til að kreista yfir súpuna.

l)   Þú getur notið Chupe de Pescado/Fish Chowder eitt og sér eða borið fram með skorpubrauði eða hrísgrjónum.

72. Arroz con Mariscos/sjávarfangshrísgrjón

HRÁEFNI:
- 2 bollar langkorna hvít hrísgrjón
- 1 pund blandað sjávarfang (eins og rækjur, calamari, kræklingur og hörpuskel), hreinsað og afvegað
- 2 msk. grænmetisolía
- 1 laukur, smátt saxaður
- 4 hvítlauksgeirar, saxaðir
- 1 rauð paprika, skorin í teninga
- 1 bolli hægeldaðir tómatar (ferskir eða niðursoðnir)
- 1 msk. tómatpúrra
- 1 bolli fisk- eða sjávarréttasoð
- 1 bolli hvítvín (valfrjálst)
- 1 tsk. malað kúmen
- 1 tsk. paprika
- 1/2 tsk. þurrkað oregano
- 1/4 tsk. cayenne pipar (valfrjálst, fyrir hita)
- 1/4 bolli hakkað ferskt kóríander
- 1/4 bolli söxuð fersk steinselja
- Safi úr 1 lime
- Salt, eftir smekk
- Pipar, eftir smekk

LEIÐBEININGAR:
a) Skolið hrísgrjónin undir köldu vatni þar til vatnið rennur út.
b) Eldið hrísgrjónin samkvæmt leiðbeiningum á pakkanum og setjið til hliðar.
c) Hitið jurtaolíuna á miðlungshita í stórri pönnu eða paella pönnu.
d) Bætið söxuðum lauknum, söxuðum hvítlauk og hægelduðum rauðri papriku út í.
e) Steikið þar til grænmetið er mjúkt og ilmandi.
f) Bætið blönduðu sjávarfanginu á pönnuna og eldið þar til þeir eru eldaðir að hluta, um 3-4 mínútur.
g) Fjarlægðu nokkra bita af sjávarfangi og settu til hliðar til að skreyta síðar, ef þú vilt.
h) Hrærið í hægelduðum tómötum, tómatmauki, fiski eða sjávarréttasoði og hvítvíni (ef það er notað).
i) Látið suðuna koma upp og eldið í um það bil 5 mínútur til að leyfa bragðinu að blandast saman.
j) Bætið við malaða kúmeni, papriku, þurrkuðu oregano og cayenne pipar (ef það er notað). Hrærið til að blanda saman.
k) Blandið soðnu hrísgrjónunum saman við og blandið þeim varlega saman við sjávarfangið og sósuna þar til þau hafa blandast vel saman.
l) Eldið í 5 mínútur til viðbótar til að leyfa bragðinu að blandast saman.
m) Takið pönnuna af hellunni og hrærið söxuðu kóríander, saxaðri steinselju og limesafa saman við.
n) Kryddið með salti og pipar eftir smekk.
o) Skreytið Arroz con Mariscos/Seafood hrísgrjónin með fráteknu soðnu sjávarfanginu og fleiri ferskum kryddjurtum, ef þess er óskað.
p) Berið Arroz con Mariscos/Seafood hrísgrjónin fram heit, með hlið af limebátum og stökkva af ferskri kóríander eða steinselju.

73.Escabeche de Pescado/súrsaður fiskur

HRÁEFNI:
- 1 ½ pund af hvítfiskflökum (eins og snapper, tilapia eða þorskur)
- ½ bolli alhliða hveiti
- Salt og pipar eftir smekk
- Jurtaolía til steikingar
- 1 rauðlaukur, þunnt sneið
- 2 gulrætur, niðurskornar
- 1 rauð paprika, þunnar sneiðar
- 4 hvítlauksrif, söxuð
- 1 bolli af hvítu ediki
- 1 bolli af vatni
- 2 lárviðarlauf
- 1 tsk. af þurrkuðu oregano
- 1 tsk. af möluðu kúmeni
- ½ tsk. af papriku
- Salt og pipar eftir smekk
- Fersk kóríander eða steinselja til skrauts

LEIÐBEININGAR:

a) Kryddið fiskflökin með salti og pipar. Dýptu þá í hveiti, hristu allt umfram.

b) Hitið jurtaolíu í stórri pönnu yfir meðalháum hita. Steikið fiskflökin þar til þau eru gullinbrún á báðum hliðum. Takið af pönnunni og setjið til hliðar á pappírsklædda plötu til að tæma umfram olíu.

c) Á sömu pönnu, steikið niðursneiddan rauðlauk, niðurskornar gulrætur, sneidda rauða papriku og hakkaðan hvítlauk þar til þeir byrja að mýkjast, um það bil 5 mínútur.

d) Blandið saman hvíta ediki, vatni, lárviðarlaufum, þurrkuðu óreganói, möluðu kúmeni, papriku, salti og pipar í sérstökum potti. Látið suðuna koma upp í blöndunni.

e) Bætið steiktu grænmetinu við sjóðandi edikblönduna. Lækkið hitann og látið malla í um það bil 10 mínútur til að leyfa bragðinu að blandast saman.

f) Raðið steiktu fiskflökum í grunnt fat. Hellið edikinu og grænmetisblöndunni yfir fiskinn og hyljið hann alveg. Látið réttinn kólna niður í stofuhita.

g) Hyljið fatið og setjið í kæli í að minnsta kosti 2 klukkustundir eða yfir nótt til að leyfa fiskinum að draga í sig bragðið.

h) Berið fram Escabeche de Pescado/súrsaðan fiskinn kældan, skreyttan með ferskri kóríander eða steinselju.

i) Þú getur notið fisksins og grænmetisins með marineringunni sem meðlæti eða borið fram með hrísgrjónum eða brauði.

KÚÐUR

74. Chupe de Ollucos/Olluco kartöflukæfa

HRÁEFNI:
- 2 msk. grænmetisolía
- 1 laukur, smátt saxaður
- 2 hvítlauksrif, söxuð
- 1 tsk. malað kúmen
- 1 tsk. þurrkað oregano
- 4 bollar grænmetis- eða kjúklingasoð
- 4 meðalstór ollucos, afhýdd og skorin í teninga
- 2 meðalstórar kartöflur, skrældar og skornar í teninga
- 1 bolli uppgufuð mjólk
- 1 bolli queso fresco eða fetaostur, mulinn
- Salt og pipar eftir smekk
- Ferskt kóríander, saxað (til skrauts)

LEIÐBEININGAR:
a) Hitið jurtaolíuna í stórum potti yfir meðalhita.
b) Bætið söxuðum lauknum og söxuðum hvítlauk út í og steikið þar til laukurinn er orðinn mjúkur og hálfgagnsær.
c) Hrærið malaða kúmeninu og þurrkuðu oregano saman við og eldið í eina mínútu til viðbótar til að rista kryddin.
d) Bætið grænmetis- eða kjúklingasoðinu í pottinn og látið suðuna koma upp.
e) Bætið hægelduðum ollucos og kartöflum í pottinn. Lækkið hitann að suðu og eldið þar til grænmetið er orðið meyrt, um 15-20 mínútur.
f) Notaðu kartöflustöppu eða bakið á skeið, stappaðu nokkrar af kartöflunum varlega við hliðina á pottinum til að þykkja súpuna.
g) Hrærið mjólkinni sem gufað er upp og muldum queso fresco eða fetaosti saman við. Haldið áfram að malla í 5 mínútur í viðbót, hrærið af og til þar til osturinn hefur bráðnað og súpan hefur þyknað aðeins.
h) Kryddið með salti og pipar eftir smekk.
i) Takið pottinn af hitanum og látið hann kólna aðeins áður en hann er borinn fram.
j) Hellið Chupe de Ollucos/Olluco kartöflukæfanum í skálar og skreytið með fersku kóríander.
k) Berið súpuna fram heita og njóttu huggulegra bragða af Chupe de Ollucos/Olluco kartöflukæfu.

75.Chupe de Camote/sætkartöflukæfa

HRÁEFNI:
- 2 msk. grænmetisolía
- 1 laukur, smátt saxaður
- 2 hvítlauksrif, söxuð
- 2 tsk. malað kúmen
- 1 tsk. þurrkað oregano
- 4 bollar grænmetis- eða kjúklingasoð
- 2 stórar sætar kartöflur, skrældar og skornar í teninga
- 1 bolli maískorn (ferskt eða frosið)
- 1 bolli gufuð mjólk
- 1 bolli queso fresco eða fetaostur, mulinn
- Salt og pipar eftir smekk
- Ferskt kóríander, saxað (til skrauts)

LEIÐBEININGAR:

a) Hitið jurtaolíuna í stórum potti yfir miðlungshita.

b) Bætið söxuðum lauknum og söxuðum hvítlauk út í og steikið þar til laukurinn er orðinn mjúkur og hálfgagnsær.

c) Hrærið malaða kúmeninu og þurrkuðu oregano saman við og eldið í eina mínútu til viðbótar til að rista kryddin.

d) Bætið grænmetis- eða kjúklingasoðinu í pottinn og látið suðuna koma upp.

e) Bætið sætu kartöflunum og maískornunum í teninga út í pottinn. Lækkið hitann að suðu og eldið þar til sætu kartöflurnar eru orðnar meyrar, um 15-20 mínútur.

f) Notaðu kartöflustöppu eða bakið á skeið, stappaðu smá af sætu kartöflunum varlega við hliðina á pottinum til að þykkja súpuna.

g) Hrærið mjólkinni sem gufað er upp og muldum queso fresco eða fetaosti saman við. Haldið áfram að malla í 5 mínútur í viðbót, hrærið af og til þar til osturinn hefur bráðnað og súpan hefur þykknað aðeins.

h) Kryddið með salti og pipar eftir smekk.

i) Takið pottinn af hitanum og látið hann kólna aðeins áður en hann er borinn fram.

j) Hellið Chupe de Camote/sætkartöflukæfanum í skálar og skreytið með fersku kóríander.

k) Berið súpuna fram heita og njóttu huggulegra bragða af Chupe de Camote/sætkartöflukæfu.

76.Kjúklinga- og kóríandersúpa (Aguadito de Pollo)

Hráefni:
- 4 kjúklingaleggir eða samsvarandi magn af hægelduðum hráum kjúklingi Salt og pipar
- ¼ bolli jurtaolía
- ½ bolli laukur, smátt saxaður
- 2 hvítlauksgeirar, maukaðir
- 2 ferskt aji amarillo, hakkað eða 3 matskeiðar mauk (sjá athugasemd) 2 bollar kóríanderlauf (fargið stilkunum)
- 4 bollar kjúklingakraftur
- 1 bolli dökkur bjór (valfrjálst)
- ½ rauð paprika skorin í sneiðar
- 1 bolli gulrót, skorin í teninga
- ½ bolli langkorna hrísgrjón
- 4 meðalgular kartöflur, skrældar og sneiddar ½ bolli grænar baunir

LEIÐBEININGAR:
a) Kryddið kjúklinginn með salti og pipar. Hitið jurtaolíuna í potti yfir meðalhita, bætið kjúklingabitunum við og steikið þá. Færðu kjúklingabitana yfir á disk og haltu þeim heitum. Steikið lauk og hvítlauk í sama potti þar til hann er gullinn.
b) Vinnið kóríanderlauf og ferskt aji amarillo með ¼ bolla af vatni í blandara þar til það er slétt; bætið út í laukblönduna ásamt kjúklingakraftinum, bjórnum, ef það er notað, kjúklingi, kartöflum og gulrótum. Látið suðuna koma upp, lækkið hitann, hyljið með loki og látið malla í 20 mínútur.
c) Bætið við hrísgrjónum, setjið lok á pottinn og látið malla þar til hrísgrjónin eru tilbúin. Bætið ertum við síðustu mínútur eldunartímans.
d) Skreytið með sneiðum af rauðri papriku.

77. Chupe de Lentejas/Lentil Chowder

HRÁEFNI:
- 2 bollar af þurrkuðum brúnum eða grænum linsum
- 1 laukur, smátt saxaður
- 3 hvítlauksrif, söxuð
- 1 gulrót, skorin í teninga
- 1 kartöflu, skorin í teninga
- 1 bolli af frosnum maískjörnum
- 1 bolli niðursoðnir tómatar (ferskir eða niðursoðnir)
- 4 bollar af grænmetissoði eða vatni
- 1 bolli mjólk eða uppgufuð mjólk
- 1 tsk. af möluðu kúmeni
- 1 tsk. af þurrkuðu oregano
- 1 lárviðarlauf
- Salt og pipar eftir smekk
- Hakkað fersk steinselja eða kóríander til skrauts
- Limebátar til framreiðslu

LEIÐBEININGAR:

a) Skolið linsurnar undir köldu vatni og fjarlægið rusl eða steina.
b) Hitið smá jurtaolíu yfir miðlungshita í stórum potti.
c) Bætið söxuðum lauknum og söxuðum hvítlauk í pottinn og steikið þar til laukurinn verður hálfgagnsær og hvítlaukurinn er ilmandi.
d) Bætið hægelduðum gulrótum, kartöflum og frosnum maískjörnum í pottinn.
e) Eldið í nokkrar mínútur til að mýkja grænmetið.
f) Hrærið í hægelduðum tómötum, möluðu kúmeni, þurrkuðu oregano og lárviðarlaufi.
g) Eldið í eina mínútu til að sameina bragðið.
h) Bætið skoluðu linsunum í pottinn og hellið grænmetissoðinu eða vatni út í.
i) Kryddið með salti og pipar eftir smekk.
j) Látið suðuna koma upp í blönduna, lækkið hitann í lágan og látið malla í um 30-40 mínútur eða þar til linsurnar eru mjúkar og eldaðar í gegn. Hrærið af og til.
k) Þegar linsurnar eru soðnar skaltu hræra mjólkinni eða gufumjólkinni út í.
l) Stilltu lögunina með því að bæta við meiri vökva ef þess er óskað.
m) Látið Chupe de Lentejas/Lentil Chowder malla í 5-10 mínútur til viðbótar til að hitna í gegn og leyfa bragðinu að blandast saman.
n) Takið pottinn af hellunni og fargið lárviðarlaufinu.
o) Berið Chupe de Lentejas/Lentil Chowder fram heita, skreytta með saxaðri ferskri steinselju eða kóríander.
p) Berið fram með limebátum til hliðar til að kreista yfir soðið.

78.Chupe de Quinua/Quinoa kæfa

HRÁEFNI:
- 1 bolli kínóa, skolað
- 2 msk. grænmetisolía
- 1 laukur, saxaður
- 2 hvítlauksgeirar, saxaðir
- 1 gulrót, skorin í teninga
- 1 kartöflu, skorin í teninga
- 1 bolli maískorn
- 1 bolli grænar baunir
- 4 bollar grænmetis- eða kjúklingasoð
- 1 bolli gufuð mjólk
- 1 tsk. malað kúmen
- 1 tsk. þurrkað oregano
- Salt og pipar eftir smekk
- Ferskt kóríander, saxað (til skrauts)

LEIÐBEININGAR:
a) Hitið jurtaolíuna í stórum potti yfir meðalhita.
b) Bætið söxuðum lauk og söxuðum hvítlauk út í og steikið þar til laukurinn verður hálfgagnsær.
c) Bætið hægelduðum gulrótum, kartöflum, maískjörnum og grænum baunum í pottinn. Hrærið og eldið í nokkrar mínútur þar til grænmetið fer að mýkjast.
d) Skolið quinoa vandlega undir köldu vatni.
e) Bætið kínóa í pottinn og hrærið saman við grænmetið.
f) Hellið grænmetis- eða kjúklingasoðinu út í og látið suðuna koma upp. Lækkið hitann í lágan, setjið lok á pottinn og látið malla í um 15-20 mínútur, eða þar til kínóa og grænmetið er orðið meyrt.
g) Hrærið gufaða mjólk, möluðu kúmeni og þurrkuðu oregano saman við.
h) Kryddið með salti og pipar eftir smekk.
i) Látið malla í 5 mínútur til viðbótar til að leyfa bragðinu að blandast saman. Takið af hellunni og látið standa í nokkrar mínútur og berið svo fram.

79.Chupe de Pallares Verdes/Grænbaunakæfa

HRÁEFNI:
- 2 bollar grænar lima baunir (pallares verdes), lagðar í bleyti yfir nótt og tæmdar
- 2 msk. grænmetisolía
- 1 laukur, smátt saxaður
- 2 hvítlauksrif, söxuð
- 1 tsk. malað kúmen
- 1 tsk. þurrkað oregano
- 4 bollar grænmetis- eða kjúklingasoð
- 2 meðalstórar kartöflur, skrældar og skornar í teninga
- 1 bolli gufuð mjólk
- 1 bolli queso fresco eða fetaostur, mulinn
- Salt og pipar eftir smekk
- Fersk steinselja, söxuð (til skrauts)

LEIÐBEININGAR:
a) Bætið í bleyti og tæmdu grænu lima baununum í stórum potti. Hyljið þær með vatni og látið suðuna koma upp. Lækkið hitann og látið malla þar til baunirnar eru orðnar meyrar, um 30-40 mínútur. Tæmið og setjið til hliðar.
b) Hitið jurtaolíuna í sama potti yfir meðalhita.
c) Bætið söxuðum lauknum og söxuðum hvítlauk út í og steikið þar til laukurinn er orðinn mjúkur og hálfgagnsær.
d) Hrærið malaða kúmeninu og þurrkuðu oregano saman við og eldið í eina mínútu til viðbótar til að rista kryddin.
e) Bætið grænmetis- eða kjúklingasoðinu í pottinn og látið suðuna koma upp.
f) Bætið kartöflunum og soðnum grænum lima baunum í pottinn. Lækkið hitann að suðu og sjóðið þar til kartöflurnar eru orðnar meyrar, um 15-20 mínútur.
g) Notaðu kartöflustöppu eða aftan á skeið, stappaðu varlega hluta af kartöflunum og baununum við hliðina á pottinum til að þykkja súpuna.
h) Hrærið mjólkinni sem gufað er upp og muldum queso fresco eða fetaosti saman við. Haldið áfram að malla í 5 mínútur í viðbót, hrærið af og til þar til osturinn hefur bráðnað og súpan hefur þyknað aðeins.
i) Kryddið með salti og pipar eftir smekk.
j) Takið pottinn af hitanum og látið hann kólna aðeins áður en hann er borinn fram.
k) Hellið Chupe de Pallares Verdes/Grænbaunakæfu í skálar og skreytið með ferskri steinselju.
l) Berið súpuna fram heita og njóttu huggulegra bragða af Chupe de Pallares Verdes/Green Bean Chowder.

80. Chupe de Papa/kartöflukæfa

HRÁEFNI:
- 6 meðalstórar kartöflur, skrældar og skornar í teninga
- 1 laukur, smátt saxaður
- 2 hvítlauksgeirar, saxaðir
- 2 msk. grænmetisolía
- 4 bollar kjúklinga- eða grænmetissoð
- 1 bolli mjólk
- 1 bolli gufuð mjólk
- 1 bolli frosnir eða ferskir maískornir
- 1 bolli frosnar eða ferskar baunir
- 1 bolli queso fresco eða fetaostur, mulinn
- 2 egg
- 2 msk. ferskt kóríander, saxað
- Salt og pipar eftir smekk

LEIÐBEININGAR:
a) Hitið jurtaolíuna í stórum potti yfir meðalhita.
b) Bætið söxuðum lauknum og söxuðum hvítlauk út í og steikið þar til þeir eru mjúkir og ilmandi.
c) Bætið sneiðum kartöflunum í pottinn og hrærið til að hjúpa þær með lauk- og hvítlauksblöndunni.
d) Hellið kjúklinga- eða grænmetissoðinu út í og látið suðuna koma upp. Lækkið hitann í lágan, setjið lok á pottinn og látið malla í um 15-20 mínútur eða þar til kartöflurnar eru orðnar meyrar.
e) Notaðu gaffal eða kartöflustöppu til að stappa smá af kartöflunum í pottinum til að þykkja súpuna. Þetta mun gefa Chupe de Papa/kartöflukæfanum rjómalaga samkvæmni.
f) Bætið mjólkinni, uppgufðri mjólk, maískjörnum og baunum í pottinn. Hrærið vel til að sameina allt hráefnið.
g) Haltu áfram að elda súpuna við vægan hita í 10-15 mínútur í viðbót, láttu bragðið blandast saman.
h) Þeytið eggin í sérstakri skál. Bætið sleif af heitu súpunni smám saman út í þeytt eggin og þeytið stöðugt til að tempra eggin og koma í veg fyrir að þau steypist.
i) Hellið eggjablöndunni hægt aftur í pottinn og hrærið stöðugt í. Þetta mun hjálpa til við að þykkja súpuna og gefa henni rjóma áferð.
j) Bætið mulnu queso fresco eða fetaostinum út í pottinn og hrærið þar til hann bráðnar í súpunni.
k) Kryddið Chupe de Papa/kartöflukæfuna með salti og pipar eftir smekk. Stilltu kryddið eftir því sem þú vilt.
l) Að lokum, stráið ferskri kóríander yfir súpuna og hrærið rólega.
m) Berið fram Chupe de Papa/kartöflukæfu heita í skálum, skreytt með viðbótarkóríander ef vill.

EFTIRLITUR

81. Humitas/Gufusoðnar maískökur

HRÁEFNI:
- 6 fersk korn
- 1 laukur, smátt saxaður
- 2 msk. grænmetisolía
- 1 msk. ají amarillo paste (valfrjálst, fyrir kryddað spark)
- 1 tsk. malað kúmen
- 1 tsk. paprika
- Salt og pipar eftir smekk
- Maíshýði, liggja í bleyti í vatni í að minnsta kosti 1 klst

LEIÐBEININGAR:

a) Byrjaðu á því að fjarlægja hýðina af maíseyrun og leggðu til hliðar. Afhýðið maískornin varlega af kolunum og passið að safna allri maísmjólkinni saman.

b) Í blandara eða matvinnsluvél, blandaðu maískornunum og maísmjólkinni saman þar til þú hefur slétta blöndu. Setja til hliðar.

c) Hitið jurtaolíuna á pönnu yfir miðlungs hita.

d) Bætið söxuðum lauknum út í og steikið þar til hann verður hálfgagnsær og ilmandi.

e) Bætið ají amarillo maukinu (ef það er notað), möluðu kúmeni, papriku, salti og pipar á pönnuna. Hrærið vel til að blanda saman og eldið í aðra mínútu.

f) Hellið blönduðu maísblöndunni á pönnuna með krydduðu lauknum. Hrærið stöðugt til að koma í veg fyrir að kekki myndist og eldið í um það bil 10 mínútur þar til blandan þykknar.

g) Takið pönnuna af hellunni og leyfið blöndunni að kólna aðeins.

h) Taktu bleytt maíshýði og settu um 2 msk. af maísblöndunni í miðjunni. Brjótið hýðið yfir fyllinguna og búið til ferhyrndan pakka. Bindið endana á hýði með þunnri ræmu af bleytu hýði eða eldhúsgarni til að tryggja humita.

i) Endurtaktu ferlið með afganginum af maísblöndunni og hýðinu þar til öll blandan er notuð.

j) Fylltu stóran pott af vatni og láttu suðuna koma upp. Settu gufukörfu eða sigti yfir pottinn og passaðu að það snerti ekki vatnið.

k) Raðið innpökkuðum Humitas/Steamed Corn kökunum í gufukörfuna, hyljið pottinn með loki og látið gufa í um 45 mínútur til 1 klukkustund, eða þar til Humitas/Steamed Corn kökurnar eru stífar og eldaðar í gegn.

l) Fjarlægðu Humitas/soðnu maískökurnar úr gufubátnum og láttu þær kólna aðeins áður en þær eru teknar upp og borið fram.

82. Arroz con Leche/Hrísgrjónabúðingur

HRÁEFNI:
- 1 bolli af hvítum hrísgrjónum
- 4 bollar af mjólk
- 1 bolli af vatni
- 1 kanilstöng
- 1 bolli sykur (stilla eftir smekk)
- 1 tsk. af vanilluþykkni
- Börkur af 1 sítrónu (valfrjálst)
- Malaður kanill til skrauts

LEIÐBEININGAR:
a) Skolið hrísgrjónin undir köldu vatni til að fjarlægja umfram sterkju.
b) Blandið saman skoluðu hrísgrjónunum, mjólk, vatni og kanilstöng í stórum potti.
c) Setjið pottinn yfir meðalháan hita og látið suðuna koma upp.
d) Lækkið hitann í lágan og látið malla, hrærið af og til til að koma í veg fyrir að þau festist, í um 20 mínútur eða þar til hrísgrjónin eru soðin og mjúk.
e) Bætið sykrinum út í og hrærið þar til hann leysist alveg upp.
f) Haltu áfram að elda hrísgrjónabúðinginn við vægan hita, hrærið oft, í 10-15 mínútur í viðbót eða þar til blandan þyknar í rjómalögun.
g) Takið pottinn af hellunni og hrærið vanilluþykkni og sítrónubörk (ef það er notað) saman við. Látið Arroz con Leche/Rice Pudding kólna í nokkrar mínútur.
h) Takið kanilstöngina úr pottinum.
i) Flyttu Arroz con Leche/rísgrjónabúðinginn yfir í einstaka framreiðsluréttí eða stóra framreiðsluskál.
j) Stráið möluðum kanil ofan á til skrauts.
k) Berið Arroz con Leche/rísgrjónabúðinginn fram heitan eða kældan. Það er hægt að njóta þess eitt og sér eða með því að stökkva af auka kanil ofan á.

83. Mazamorra Morada / fjólublár maísbúðingur

HRÁEFNI:
- 2 bollar fjólubláir maískornir (þurrkaðir)
- 8 bollar vatn
- 1 kanilstöng
- 4 negull
- 1 bolli hægeldaður ananas
- 1 bolli niðurskorið epli
- 1 bolli hægelduð pera
- 1 bolli hægeldað vín (valfrjálst)
- 1/2 bolli þurrkaðar sveskjur
- 1/2 bolli þurrkaðar apríkósur
- 1 bolli sykur
- 1/4 bolli maíssterkju
- Safi úr 1 lime
- Malaður kanill til skrauts

LEIÐBEININGAR:

a) Blandið saman fjólubláu maískjörnunum, vatni, kanilstöng og negul í stórum potti.

b) Látið suðuna koma upp, lækkið hitann og látið malla í um 45 mínútur til 1 klst.

c) Þetta mun draga bragðið og litinn úr fjólubláa maísnum.

d) Sigtið vökvann í annan pott og fargið maískjörnunum, kanilstönginni og negulnöglum. Setjið pottinn aftur á hita.

e) Bætið hægelduðum ananas, epli, peru, kviði (ef það er notað), þurrkuðum sveskjum og þurrkuðum apríkósum í pottinn. Látið malla í um 15 mínútur, eða þar til ávextirnir eru mjúkir.

f) Blandið sykrinum og maíssterkju saman í lítilli skál.

g) Bætið þessari blöndu í pottinn og hrærið vel til að blanda saman.

h) Eldið í 5-10 mínútur til viðbótar, hrærið stöðugt í, þar til blandan þykknar.

i) Takið pottinn af hellunni og hrærið limesafanum saman við.

j) Leyfðu Mazamorra Morada/fjólublárra maísbúðingnum að kólna niður í stofuhita, geymdu síðan í kæli í að minnsta kosti 2 klukkustundir, eða þar til hann hefur kólnað og stífnað.

k) Til að bera fram skaltu hella Mazamorra Morada/fjólubláum maísbúðingnum í einstakar skálar eða glös.

l) Stráið möluðum kanil ofan á til skrauts.

m) Njóttu Mazamorra Morada/Purple Corn Pudding kældan sem hressandi og sætan eftirrétt.

84. Mazamorra de Quinua/Quinoa búðingur

HRÁEFNI:
- 1 bolli af quinoa
- 4 bollar af vatni
- 4 bollar af mjólk
- 1 kanilstöng
- 1 tsk. af vanilluþykkni
- 1/2 bolli sykur (stilla eftir smekk)
- 1/4 tsk. af möluðum negul
- 1/4 tsk. af möluðu múskati
- Rúsínur og/eða saxaðar hnetur til skrauts (valfrjálst)

LEIÐBEININGAR:
a) Skolið quinoa vandlega undir köldu vatni til að fjarlægja beiskju.
b) Blandið saman kínóa og vatni í stórum potti. Látið suðuna koma upp við meðalháan hita, lækkið hitann niður í lágan og látið malla í um 15 mínútur eða þar til kínóaið er mjúkt. Tæmið allt umfram vatn.
c) Setjið soðna kínóaið aftur í pottinn og bætið við mjólkinni, kanilstönginni, vanilluþykkni, sykri, möluðum negul og möluðum múskati.
d) Hrærið blönduna vel og látið malla við meðalhita.
e) Eldið í um 20-25 mínútur, hrærið af og til, þar til blandan þykknar í búðing eins og þykkt.
f) Takið pottinn af hellunni og fargið kanilstönginni.
g) Leyfið Mazamorra de Quinua/Quinoa búðingnum að kólna í nokkrar mínútur áður en hann er borinn fram.
h) Berið Mazamorra de Quinua/Quinoa búðinginn fram heitan eða kældan í skálum eða eftirréttsbollum.
i) Skreytið hvern skammt með rúsínum og/eða söxuðum hnetum, ef vill.

85.Frejol Colado/baunabúðingur

HRÁEFNI:
- 2 bollar af soðnum perúskum kanaríbaunum eða pinto baunum
- 1 laukur, saxaður
- 2 hvítlauksrif, söxuð
- 2 msk. af jurtaolíu
- 1 tsk. af möluðu kúmeni
- 1 tsk. af þurrkuðu oregano
- 1 bolli af kjúklinga- eða grænmetissoði
- Salt og pipar eftir smekk
- Valfrjálst álegg: hakkað kóríander, mulið queso fresco, sneið rauðlaukur eða steiktur svínabörkur (chicharrones)

LEIÐBEININGAR:
a) Hitið jurtaolíuna í stórum potti yfir meðalhita.
b) Bætið söxuðum lauknum og söxuðum hvítlauk út í og steikið þar til laukurinn verður hálfgagnsær og hvítlaukurinn er ilmandi.
c) Bætið malaða kúmeninu og þurrkuðu oregano í pottinn og eldið í eina mínútu til að rista kryddin.
d) Bætið soðnu baununum í pottinn og hrærið saman við laukinn og kryddblönduna.
e) Hellið kjúklinga- eða grænmetissoðinu út í og kryddið með salti og pipar eftir smekk.
f) Látið suðuna koma upp og látið malla í um það bil 10 mínútur til að leyfa bragðinu að blandast saman.
g) Notaðu blöndunartæki eða venjulegan blandara, maukaðu baunablönduna þar til hún er mjúk og rjómalöguð. Ef þú notar venjulegan blandara skaltu blanda blöndunni saman í lotum og passa þig á heitum vökvanum.
h) Ef þykktin er of þykk má bæta við meira soði eða vatni til að ná æskilegri þykkt.
i) Setjið pottinn aftur á eldavélina við lágan hita og haltu áfram að elda Frejol Colado/baunabúðinginn í 5 mínútur til viðbótar, hrærið af og til.
j) Smakkið til og stillið kryddið ef þarf.
k) Takið af hitanum og berið Frejol Colado/baunabúðinginn fram heitan.
l) Skreytið hvern skammt með söxuðum kóríander, muldum queso fresco, sneiðum rauðlauk eða steiktum svínabörkum, ef vill.

86. Karamellukökusamlokur (Alfajores)

Hráefni:
- 1 bolli maíssterkju
- 1 ¼ bollar hveiti
- ¾ bolli flórsykur ½ tsk. lyftiduft 1/8 tsk. sjó salt
- 2 smjörstangir, skornir í teninga
- 1 13 únsur. dós sykrað þétt mjólk, eða keypt dulce de leche

LEIÐBEININGAR:
FYRIR DULCE DE LECHE
a) Fjarlægðu merkimiðann af dós með sætri mjólk og settu í djúpan pott. Leggðu dósina á hliðina og hyldu hana með vatni um tvær tommur.
b) Látið suðuna koma upp, þakið og sjóðið áfram í tvær til þrjár klukkustundir. Lengra tímabil mun gefa þér dekkri karamellu. Gakktu úr skugga um að athuga annað slagið til að sjá hvort dósin sé enn þakin vatni, bætið meira við eftir þörfum.
c) Takið úr pottinum og látið kólna. Þetta gæti verið gert fyrirfram. Það geymist endalaust í kæli. Látið hafa stofuhita áður en þær eru notaðar til að dreifa á milli smákökuna.

FYRIR KÖKKIN
d) Hitið ofninn í 350 gráður.
e) Setjið öll þurrefnin saman í matvinnsluvél og púlsið nokkrum sinnum til að blandast vel saman. Bætið smjörinu í teninga saman við og pulsið þar til það byrjar að blandast saman í kúlu. Ekki hræra of mikið – það ætti að líta út fyrir að vera lobbótt – og þá pressar þú restinni af deiginu saman á borði.
f) Fletjið út í disk, pakkið inn í plast og setjið í kæli í 30 mínútur til að stífna aðeins.
g) Fletjið deigið út um ¼" þykkt og skerið út með litlum hringlaga kökuformi. Skútan sem ég notaði var um 2" á breidd en gler virkar vel. Setjið hringina á bökunarpappírsklædda ofnplötu og bakið í 1012 mínútur, bara þar til botninn er ljósbrúnn og toppurinn enn hvítur. Kælið alveg.
h) Settu kökusamlokurnar saman með því að dreifa 12 teskeiðum af dulce de leche á annan kökuhelminginn og toppinn með hinum.
i) Dustið flórsykri yfir og étið!

87.Tres Leches kaka (Pastel de Tres Leches)

HRÁEFNI:
FYRIR Kökuna:
- 1 bolli alhliða hveiti
- 1 1/2 tsk lyftiduft
- 1/4 tsk salt
- 4 stór egg
- 1 bolli kornsykur
- 1/3 bolli nýmjólk
- 1 tsk vanilluþykkni

FYRIR ÞRJÁR MJÓLKURBLANDUNNI:
- 1 dós (14 aura) sætt þétt mjólk
- 1 dós (12 aura) gufuð mjólk
- 1 bolli nýmjólk

FYRIR ÁFLAÐIÐ:
- 2 bollar þungur rjómi
- 2 matskeiðar flórsykur
- Malaður kanill til skrauts

LEIÐBEININGAR:
a) Forhitið ofninn í 350°F (175°C) og smyrjið 9x13 tommu bökunarform.
b) Sigtið saman hveiti, lyftiduft og salt í skál.
c) Í sérstakri skál, þeytið eggin og sykurinn saman þar til létt og ljóst. Bætið mjólkinni og vanilluþykkni út í og blandið vel saman.
d) Bætið þurrefnunum smám saman út í eggjablönduna og hrærið þar til það er slétt.
e) Hellið deiginu í tilbúið eldfast mót og bakið í um það bil 30 mínútur, eða þar til tannstöngull sem stungið er í miðjuna kemur hreinn út.
f) Á meðan kakan er enn volg, stingið hana í gegn með gaffli.
g) Í sérstakri skál, blandið þremur mjólkunum saman (sætt þétt mjólk, uppgufuð mjólk og nýmjólk).
h) Hellið þriggja mjólkurblöndunni jafnt yfir heita kökuna. Látið liggja í bleyti og kólna niður í stofuhita.
i) Þeytið þungan rjóma með flórsykri í annarri skál þar til stífir toppar myndast.
j) Dreifið þeyttum rjómanum yfir kökuna.
k) Kældu Tres Leches kökuna í kæli í nokkrar klukkustundir áður en hún er borin fram.
l) Stráið möluðum kanil yfir rétt áður en borið er fram.

88.Suspiro a la Limeña (perúsk karamellu og marengs eftirréttur)

HRÁEFNI:
FYRIR KARAMELLUNA:
- 1 bolli kornsykur
- 1/4 bolli vatn

FYRIR MARENGSINN:
- 4 eggjahvítur
- 1 bolli kornsykur
- 1 tsk vanilluþykkni

FYRIR vanlíðan:
- 1 dós (14 aura) sætt þétt mjólk
- 4 eggjarauður
- 1 tsk vanilluþykkni

LEIÐBEININGAR:
a) Blandið sykrinum og vatni saman í pott í karamelluna. Eldið við miðlungshita, hrærið af og til, þar til það fær gullna karamellulit. Hellið karamellunni í botninn á réttum eða stóra glerskál.
b) Þeytið eggjahvíturnar í skál þar til stífir toppar myndast. Bætið sykri og vanilluþykkni smám saman út í og þeytið áfram þar til það verður gljáandi.
c) Í sérstakri skál, blandið sykruðu þéttu mjólkinni, eggjarauðunum og vanilluþykkni saman þar til það hefur blandast vel saman.
d) Hrærið eggjahvítublöndunni varlega saman við rjómablönduna.
e) Hellið rjómablöndunni yfir karamelluna í réttunum.
f) Kældu í ísskáp í nokkrar klukkustundir áður en það er borið fram. Karamellan mun rísa upp á toppinn og mynda yndislegan tveggja laga eftirrétt.

89. Mazamorra Morada / Fjólublár maísbúðingur

HRÁEFNI:
- 2 bollar fjólublár maíssafi (mazamorra morada þykkni)
- 1 bolli þurrkaðir fjólubláir maískornir
- 1 kanilstöng
- 4 negull
- 1 bolli sykur
- 1/2 bolli kartöflusterkja
- Ananasbitar og sveskjur til skrauts

LEIÐBEININGAR:
a) Blandaðu saman fjólubláum maísafa, þurrkuðum fjólubláum maískjörnum, kanilstöng og negul í stórum potti. Látið suðuna koma upp og látið malla síðan í um 20 mínútur.
b) Í sérstakri skál, blandið kartöflusterkju saman við smá vatn til að búa til slurry.
c) Bætið sykri og kartöflusterkjulausninni út í pottinn og hrærið stöðugt í. Haltu áfram að elda þar til blandan þykknar.
d) Takið af hitanum og leyfið því að kólna.
e) Skreytið með ananasbitum og sveskjum áður en borið er fram.

90.Picarones (perúska grasker kleinuhringir með sírópi)

HRÁEFNI:
FYRIR PIKARÓNIN:
- 2 bollar alhliða hveiti
- 1 bolli maukað grasker (soðið og maukað)
- 1/4 bolli sætkartöflumauk
- 1 tsk virkt þurrger
- 1 tsk anísfræ
- 1/4 tsk salt
- Jurtaolía til steikingar

FYRIR SÍRÓPINN:
- 1 bolli dökk púðursykur
- 1/2 bolli vatn
- 2 kanilstangir
- 2 negull

LEIÐBEININGAR:
a) Blandið saman hveiti, maukuðu graskeri, sætkartöflumauki, virku þurrgeri, anísfræjum og salti í skál. Blandið þar til það myndast klístrað deig.

b) Lokið skálinni og látið deigið hefast í um 1 klukkustund þar til það tvöfaldast að stærð.

c) Hitið jurtaolíu til steikingar í stórum potti.

d) Bleytið hendurnar og mótið litla hluta af deiginu í hringi eða átta form.

e) Slepptu píkarónunum varlega í heitu olíuna og steiktu þar til þær eru gullinbrúnar á báðum hliðum.

f) Blandið saman dökkum púðursykri, vatni, kanilstöngum og negul í sérstökum potti. Látið malla við lágan hita til að búa til síróp.

g) Dýfðu steiktu píkarónunum í sírópið og berðu þær fram volgar.

91.Alfajores de Maicena (perúsk maíssterkja Alfajores)

HRÁEFNI:

Fyrir kökurnar:
- 2 bollar maíssterkju
- 1 1/4 bollar alhliða hveiti
- 1/2 bolli ósaltað smjör, mildað
- 1/2 bolli flórsykur
- 3 eggjarauður
- 1 tsk lyftiduft
- 1/2 tsk vanilluþykkni
- Börkur af 1 sítrónu

Fyrir fyllinguna:
- 1 bolli dulce de leche (karamelluð mjólk)
- Púðursykur til að rykhreinsa

LEIÐBEININGAR:

a) Forhitið ofninn í 350°F (175°C).
b) Í skál, kremið saman mjúka smjörið og flórsykurinn þar til það er ljóst.
c) Bætið eggjarauðunum saman við, einni í einu, og blandið vel saman eftir hverja viðbót.
d) Hrærið vanilluþykkni og sítrónuberki saman við.
e) Sigtið maíssterkju, alhliða hveiti og lyftiduft út í. Blandið þar til þú hefur mjúkt deig.
f) Fletjið deigið út á hveitistráðu yfirborði í um það bil 1/4 tommu þykkt.
g) Skerið út litlar hringingar með því að nota kökuform.
h) Setjið hringina á bökunarpappírsklædda ofnplötu og bakið í um 10-12 mínútur, eða þar til þær eru orðnar létt gylltar.
i) Látið kökurnar kólna alveg.
j) Smyrjið lagi af dulce de leche á botn einni köku og toppið með annarri til að búa til samloku.
k) Dustið alfajores með flórsykri áður en þær eru bornar fram.

92.Helado de Lucuma (Lucuma ís)

HRÁEFNI:
- 2 bollar lucuma kvoða (fryst eða niðursoðinn)
- 2 bollar þungur rjómi
- 1 bolli sykruð þétt mjólk
- 1 tsk vanilluþykkni

LEIÐBEININGAR:
a) Blandaðu saman lucuma kvoða, þungum rjóma, sykraða þétta mjólk og vanilluþykkni í blandara.
b) Blandið þar til blandan er slétt og vel blandað saman.
c) Hellið blöndunni í ísvél og hrærið í samræmi við leiðbeiningar framleiðanda.
d) Færið ísinn í loftþétt ílát og frystið þar til hann er orðinn stífur.
e) Berið lucuma-ísinn fram í skeiðum og njótið þessa sæta og rjómalöguðu perúska nammi.

DRYKKIR

93.Chicha de Jora/gerjaður maísbjór

HRÁEFNI:
- 2 pund af jora maís (fjólublátt maís)
- 1 pund af ananas, saxað
- 1 kanilstöng
- 4 negull
- 1 msk. af þurrkuðum huacatay laufum (valfrjálst)
- 2 lítrar af vatni
- 1 bolli sykur (stilla eftir smekk)
- Safi úr 2 lime

LEIÐBEININGAR:
a) Skolaðu jora kornið undir köldu vatni til að fjarlægja óhreinindi eða rusl.
b) Settu jora kornið í stóran pott og bættu við nægu vatni til að hylja það. Látið liggja í bleyti yfir nótt eða í að minnsta kosti 8 klukkustundir til að mýkjast.
c) Tæmið bleyti Jora kornið og fargið bleytivatninu.
d) Í stórum potti, bætið í bleyti Jora korninu, söxuðum ananas, kanilstöng, negull og þurrkuðum huacatay laufum (ef það er notað).
e) Hellið 2 lítrum af vatni í pottinn og tryggið að öll innihaldsefnin séu á kafi.
f) Látið suðuna koma upp við meðalhita.
g) Lækkið hitann í lágan og látið malla í um það bil 2 klukkustundir, hrærið af og til. Á þessum tíma mun maís gefa frá sér náttúrulega sykur og bragðefni.
h) Eftir 2 klukkustundir skaltu taka pottinn af hellunni og láta hann kólna í stofuhita.
i) Sigtið vökvann í gegnum fínmöskju sigti eða ostaklút og fargið föstum efnum (maís, ananas, kryddi).
j) Setjið vökvann aftur í pottinn og bætið sykri út í eftir smekk. Hrærið þar til sykurinn er uppleystur.
k) Kreistið safann úr 2 lime út í pottinn og hrærið saman.
l) Flyttu Chicha de Jora/gerjaða maísbjórinn yfir á könnu eða einstök skammtaglös.
m) Kælið Chicha de Jora/gerjaða maísbjórinn þar til hann er kældur eða berið hann fram yfir ís.
n) Hrærið í Chicha de Jora/gerjaða maísbjórnum áður en hann er borinn fram, þar sem hann getur sest og aðskilinn með tímanum.
o) Valfrjálst er hægt að skreyta hvert glas með stökki af möluðum kanil eða ananas sneið.

94. Chicha Morada/fjólublár maísdrykkur

HRÁEFNI:
- 2 stórir fjólubláir maískolar
- 8 bollar vatn
- 1 ananas, afhýddur og skorinn í bita
- 2 epli, afhýdd, kjarnhreinsuð og skorin í teninga
- 1 kanilstöng
- 4 negull
- 1 bolli sykur (stilla eftir smekk)
- Safi úr 2 lime
- Ísmolar (til að bera fram)
- Fersk myntulauf (til skrauts)

LEIÐBEININGAR:
a) Blandið saman fjólubláu maískolunum og vatni í stórum potti. Látið suðu koma upp við meðalhita.
b) Lækkið hitann í lágan og látið malla í um 30 mínútur til að draga bragðið og litinn úr maísnum.
c) Takið fjólubláu maískolana úr pottinum og fargið þeim. Setjið fjólubláa vökvann til hliðar.
d) Bætið ananasbitunum, hægelduðum eplum, kanilstöng og negul í sérstakan pott.
e) Hellið fráteknum fjólubláa vökvanum í pottinn með ávöxtunum og kryddinu.
f) Látið suðuna koma upp, lækkið hitann og látið malla í um það bil 20 mínútur, leyfið ávöxtunum og kryddunum að koma bragðinu út í vökvann.
g) Takið pottinn af hellunni og sigtið vökvann til að fjarlægja fast efni. Fargið ávöxtunum og kryddinu.
h) Hrærið sykri og límónusafa út í, stillið sætleika og sýrustig að smekk þínum.
i) Leyfðu Chicha Morada/fjólubláum maísdrykknum að kólna niður í stofuhita og geymdu síðan í kæli í að minnsta kosti 2 klukkustundir til að kólna.
j) Berið Chicha Morada/fjólubláa maísdrykkinn fram yfir ísmola í glösum og skreytið með fersku myntulaufi.

95.Inca Kola (perúskt gult gos)

HRÁEFNI:
- 4 bollar vatn
- 2 bollar kornsykur
- 1 matskeið sítrónu verbena þykkni
- 1 matskeið sítrónuþykkni
- 1 matskeið appelsínuþykkni
- 1 matskeið mandarínuþykkni
- 1 matskeið kanilþykkni
- Gulur matarlitur (valfrjálst)

LEIÐBEININGAR:
a) Blandið vatni og sykri saman í pott. Hitið yfir meðalhita, hrærið þar til sykurinn er alveg uppleystur.
b) Takið af hitanum og látið sírópið kólna niður í stofuhita.
c) Bætið sítrónuverbena þykkni, sítrónuþykkni, appelsínuþykkni, mandarínuþykkni og kanilþykkni við sírópið. Ef þess er óskað, bætið við gulum matarlit til að ná fram hinum einkennandi skærgula lit.
d) Blandið vel saman og flytjið Inca Kola sírópið í flösku eða ílát.
e) Til að bera fram skaltu blanda sírópinu við kolsýrt vatn í 3:1 hlutfallinu (kolsýrt vatn á móti síróp), eða stilltu hlutfallið að þínum smekk.
f) Bætið við ís og njótið sæts og ávaxtabragðs Inca Kola.

96.Maracuyá Sour (ástríðaávaxtasúr)

HRÁEFNI:
- 2 únsur Pisco (perúskt vínberjavín)
- 1 oz ástríðuávaxtamauki
- 1 oz ferskur lime safi
- 3/4 oz einfalt síróp
- Ís
- Fersk ástríðuávaxtafræ til skrauts (valfrjálst)

LEIÐBEININGAR:
a) Blandaðu saman Pisco, ástríðumauki, ferskum limesafa og einföldu sírópi í hristara.
b) Bætið ís í hristarann og hristið kröftuglega í um það bil 15 sekúndur.
c) Sigtið blönduna í kælt gamaldags glas eða kokteilglas.
d) Skreytið með ferskum ástríðufræjum ef vill.
e) Berið fram Maracuyá Sour og njótið suðrænu bragðanna.

97. Kókate (Mate de Coca)

HRÁEFNI:
- 1-2 kóka tepokar eða 1-2 tsk af þurrkuðum kókalaufum
- 1 bolli heitt vatn
- Hunang eða sykur (valfrjálst)

LEIÐBEININGAR:
a) Settu kóka tepokann eða þurrkuð kókalauf í bolla.
b) Hellið heitu vatni yfir kóka tepokann eða laufin.
c) Látið það malla í 5-10 mínútur, eða þar til það nær tilætluðum styrk.
d) Sætið með hunangi eða sykri, ef vill.
e) Njóttu kókate, hefðbundins perúskt jurtainnrennsli sem er þekkt fyrir mildt, jarðbundið bragð.

98.Jugos Naturales (ferskur ávaxtasafi)

HRÁEFNI:

- Fjölbreyttir ferskir ávextir (td papaya, mangó, ananas, appelsína, guanabana)
- Vatn eða mjólk (fyrir rjómaútgáfur)
- Sykur (valfrjálst)

LEIÐBEININGAR:

a) Veldu samsetningu ferskra ávaxta sem þú vilt og skerið þá í bita.
b) Setjið ávaxtabitana í blandara.
c) Bætið við vatni eða mjólk til að ná valinni samkvæmni (vatn fyrir þynnri safa, mjólk fyrir meira rjóma).
d) Blandið þar til slétt.
e) Smakkið til og bætið við sykri ef þarf til að verða sætan.
f) Síið safann til að fjarlægja kvoða ef vill.
g) Berið ferska ávaxtasafann fram yfir ís og njóttu náttúrulegra, lifandi bragðanna.

99. Pisco Punch

HRÁEFNI:
- 2 únsur Pisco (perúskt vínberjavín)
- 1 oz ananassafi
- 1/2 oz ferskur lime safi
- 1/2 oz einfalt síróp
- Ís
- Fersk ananas sneið eða kirsuber til skrauts

LEIÐBEININGAR:
a) Blandaðu saman Pisco, ananassafa, ferskum limesafa og einföldu sírópinu í hristara.
b) Bætið ís í hristarann og hristið kröftuglega í um það bil 15 sekúndur.
c) Sigtið blönduna í kælt gamaldags glas eða kokteilglas.
d) Skreytið með ferskri ananas sneið eða kirsuber.
e) Berið fram Pisco Punch og njótið suðrænu bragðanna.

100.Coctel de Camu Camu (Camu Camu ávaxtakokteill)

HRÁEFNI:
- 2 bollar ferskur camu camu ávöxtur (eða camu camu safi, ef hann er til)
- 1/2 bolli pisco (perúskt vínberjavín)
- 2 matskeiðar hunang
- 1 bolli ís
- Fersk camu camu ber til skrauts (valfrjálst)

LEIÐBEININGAR:
a) Blandaðu saman ferskum camu camu ávöxtum, pisco, hunangi og ís í blandara.
b) Blandið þar til slétt.
c) Smakkið til og stillið sætleikann með því að bæta við meira hunangi ef vill.
d) Hellið Coctel de Camu Camu í glös.
e) Skreytið með ferskum camu camu berjum ef hægt er.
f) Berið fram camu camu kokteilinn og njóttu einstaks og bragðmikils bragðs af þessum Amazonian ávöxtum.

NIÐURSTAÐA

Þegar perúska götumatarferðin okkar er á enda, vonum við að þú hafir notið þessa dýrindis ævintýra um götur Perú. Með hverjum bita hefurðu ferðast dýpra inn í hjarta matreiðslumenningar sem er jafn fjölbreytt og hún er bragðgóð.

Við hvetjum þig til að halda áfram að skoða heim perúska götumatarins, bæði í þínu eigin eldhúsi og ef mögulegt er á líflegum götum Perú. Prófaðu uppskriftirnar, deildu þeim með vinum og vandamönnum og njóttu minninganna um ferðalagið.

Mundu að heimur götumatar snýst ekki bara um mat; þetta snýst um að tengjast samfélögum, tileinka sér mismunandi hefðir og deila gleðinni yfir dýrindis máltíðum. Við vonum að þessi bók hafi veitt þér innblástur til að leita að ekta bragði af perúskum götumat og, ef til vill, leggja af stað í þína eigin matreiðsluferð. Þakka þér fyrir að taka þátt í þessu bragðmikla ævintýri og megi framtíðarmáltíðir þínar alltaf fyllast anda götumatarmenningar Perú. Bon appetit!

www.ingramcontent.com/pod-product-compliance
Lightning Source LLC
Chambersburg PA
CBHW071318110526
44591CB00010B/936